தக்கை

கொ.அன்புகுமார்

டிஸ்கவரி பப்ளிகேஷன்ஸ்
எண்: 9, பிளாட் எண்: 1080A, ரோஹிணி பிளாட்ஸ்
முனுசாமி சாலை, கே.கே.நகர் மேற்கு,
சென்னை - 600 078. பேச: 99404 46650

தக்கை (கட்டுரை)
ஆசிரியர்: **கொ.அன்புகுமார்**©

THAKKAI (Essay)
Author: **C.Anbukumar**©

First Edition: Sep - 2022

ISBN: 978-93-95285-04-9

வெளியீட்டு எண்: **0185**

Pages: 128

Rs. 150

Publisher • *Sales Rights*

Discovery Publications	**Discovery Book Palace (P) Ltd**
No. 9, Plot,1080A, Rohini Flats, Munusamy Salai, K.K.Nagar West, Chennai - 600 078. Mobile: +91 99404 46650	No. 1055-B, Munusamy Salai, K.K.Nagar West, Chennai-600 078. Ph: (044) 4855 7525 Mobile: +91 87545 07070

discoverybookpalace@gmail.com
WWW.DISCOVERYBOOKPALACE.COM

இந்த நூலில் பிரசுரமாகியுள்ள எந்த ஒரு பகுதியையும் பதிப்பாளரின் எழுத்துபூர்வமான முன்அனுமதி பெறாமல் எடுத்தாள்வதோ, மறுபிரசுரம் செய்வதோ, மொழியாக்கம் செய்வதோ, அச்சு மற்றும் மின்னணு ஊடகங்களில் மறுபதிப்புச் செய்வதோ, காப்புரிமைச் சட்டப்படி தடை செய்யப்பட்டுள்ளது. இந்த நூலிலிருந்து குறிப்பிட்ட பகுதிகளை மேற்கோள்காட்டி புத்தக விமர்சனம் செய்ய, ஊடகங்களுக்கு மட்டும் அனுமதி உண்டு.

உங்கள் மொபைல் போனிலிருந்து ஸ்கேன் செய்து 'டிஸ்கவரி புக் பேலஸ்' மொபைல் ஆப்பை டவுன்லோடு செய்து, புத்தகங்களை வாங்குங்கள்.

தங்க மகள் ஆதினி குட்டிக்கு...

பெற்றோர் கொலம்பஸ்-சசிகலா...
பிரியமிகு மனைவி பிரவீனா...
தம்பி கொ.அன்புராஜா, தங்கைகள் அன்புகுமாரி, அன்புசெல்வி...
தோழன் முனைவர் நடராஜன்

உள்ளிட்ட என்னுடன் பயணிக்கும்
அனைத்து நல்ல உள்ளங்களுக்கும் நெஞ்சார்ந்த நன்றிகள்.

ஆசிரியர் உரை

என் பிஞ்சுக் கைகள் அம்மாவின் முந்தானையிலிருந்து பிடுங்கியெறியப்பட்டு, முதல்முறையாக, தேம்பித்தேம்பி அழுதபடி பள்ளியில் நுழைந்த பொழுதைவிட கொடிய அனுபவம் எதுவும் இல்லையென்று நினைத்திருந்தேன். ஆனால், நான் வளர்ந்து ஆளான பிறகும் இன்னொரு நாளும் அப்படியாக வந்து சேர்ந்தது.

காடுமேடு கம்மாங்கரை களத்துமேடு என சுற்றித் திரிந்த இந்த ஊர்க்குருவியை, வறுமை ஊரைவிட்டுத் துரத்த முற்பட்ட பொழுதில், இன்றைக்குள் ஒருமுறை பிறந்த மண்ணை முழுமையாக வட்டமிட்டுவிட வேண்டும் என்ற ஆசையில் சைக்கிளை எடுத்துக்கொண்டு பறந்தேன்.

அதிகாலையில் தூக்கிடப்போகும் கைதியின் கடைசி நாளைப் போல் என் நெஞ்சம் ஊரைவிட்டுச் செல்ல முடியாமல் தவியாய்த் தவித்தது.

மறுநாள் பொழுது சென்னையில் விடியப்போகிறதென என் மனம் பட்ட பாடு சொல்லிமாளாது. ஆற்றங்கரைக்குச் சென்று ஆளில்லாத வீதியில் அழுது அலறினேன்.

ஏனென்றே தெரியாமல் வழிந்தோடிய கண்ணீரின் வெப்பத்தில் சிவந்து போயின கண்கள்.

குழாயில் கொப்பளித்த வெள்ளி நீர், குளக்கரை வந்து சேரும் கொக்கு, கும்மியடித்துக் குலவை போடும் சந்தம், காற்றுக்கு இசையமைக்கும் பனையோலை, சேற்றோடு செங்கழனி மண்வாசம், வரப்பு சுமக்கும் கதிர்கள், வாய்க்காலோடிவரும் புதுநீர், கோரை கொழுத்த ஆற்று மதகு, தேரை சூழ்ந்த இரவுநேர கிசுகிசுப்பு, நத்தை தின்னும் அசைவக் கொக்குகள், மரக்கிளை தெம்மாங்கு, சுரம் சுமக்கும் வண்டுகள், நாற்றங்கால் பயிர்வாசம், நாணலோடிய காடுகள், அதில் கட்டிய குருவிக்கூடுகள் என விரிந்த என் வாழ்வியலை ஒரே நாளில் வேரறுப்பது போல, முற்றாக என் வேர்களைப் பிடுங்கி, அப்படியே சென்னையில் நடச் சொன்னது காலம்.

பாய்வீட்டுக் கரும்புத்தோட்டம், கோடங்குடி மதகுக்கரை, வெடிப்புகளோடிய வயலில் கிரிக்கெட் விளையாடி நின்ற என் நண்பர்கள் என அத்தனை பேரையும் மொத்தமாக விட்டுவிட்டுக் கிளம்பினேன். அப்படியான வெறுமை நிறைந்த பொழுதைக் கடந்து, வேலை தேடி வந்தபிறகு, எனை அரவணைத்து ஆரத்தழுவி முத்தமிட்டு வளர்த்து ஆளாக்கியது சென்னை.

என்னதான் சென்னை வாழ்க்கையில் அகப்பட்டாலும், வேர்களைத் தேடியே மனம் அவ்வப்போது அலைபாயும்.

ஆற்றுப்படுகையில் தூண்டிலோடு நின்ற பள்ளிப் பருவமே நினைவில் நிழலாடும். முள்ளை விழுங்காமல் மண்புழுவை மட்டும் கொத்திப்போகும் மீனின் மூளையை ரசிக்கும் தக்கைகளின் வாழ்வைப் போல மிதக்கிறது நினைவின் அடர்த்தி.

என் பால்ய வாழ்க்கை அழகு நிறைந்த சோலைகள் என் மனம் கொண்டாடும் பழைய நினைவுகளின் சிறு தொகுப்பே தக்கை.

தக்கைகள் மிதக்கும், காற்றிலாடி நகரும், கொத்திக்கொத்தி இம்சிக்கும் கெண்டை மீன்களிடம் ஆட்டம்போடும், ததும்பியிருந்தாலும் தண்ணீர் குறைவாக இருந்தாலும் மிதத்தல் விதிகளுக்கு மட்டுமே உட்பட்டவை தக்கைகள். மூழ்கியெழும்போது மீன்களோடு வரும். நரம்புகளின் பிடியில் ஆட்டம்போடும் தக்கைகள் வெறும் தக்கைகளாக மட்டுமே இருப்பதில்லை அது எண்ண அலைகளின் கடத்தி. தக்கைகளை நம்பிக்கையோடு பார்த்துக்கொண்டிருப்போருக்கு பெருமீன்களை அறிமுகப்படுத்தும். அதுபோலவே என் நினைவில் மிதக்கும் அழகிய வாழ்வியலை தக்கையாகப் பதிவுசெய்திருக்கிறேன். ஆனால், இது வாசிப்போரின் இதயத்தில் கிராமத்து நினைவுகளாய் கனக்கும் என்று நம்புகிறேன்.

கொலம்பஸ்-சசிகலா என்ற பேருண்மைகள் பெற்றெடுத்த முதல் பிள்ளை நான். தங்கைகள் கொ.அன்புகுமாரி, கொ.அன்புசெல்வி, தம்பி கொ.அன்புராஜா என அன்பால் இறுகக்கட்டும் சாம்ராஜ்யம் எங்களுடையது.

சன் செய்திப்பிரிவில் துணையாசிரியர், ஜி தமிழ் தொலைக்காட்சியின் மூத்த செய்தியாளர், தந்தி டி.வியின் மூத்த நிகழ்ச்சி இயக்குனர் என கடந்த 14 ஆண்டுகளாக ஊடகத்துறையில் எனக்கென தனிமுத்திரை பதித்திருக்கிறேன்.

அனைத்து இந்தியப் பத்திரிகை ஆசிரியர் மற்றும் வெளியீட்டாளர் சங்கத்தின் மாநில துணைச் செயலாளராகவும், அன்பு அறக்கட்டளை சேவை நிறுவனத்தின் நிறுவனத் தலைவராகவும், அன்பு கிரியேஷன் என்ற மீடியாவின் நிறுவனராகவும் பறந்துகொண்டிருக்கிறேன்.

கல்லூரி மாணவராக இருந்தபோது மயிலாடுதுறை ஏ.வி.சி. கல்லூரியின் மாணவர் இதழான இளந்தூது-வின் 18ஆம் ஆண்டு ஆசிரியராகவும், நம்ம ஊரு செய்தி, சிறகுகள், யூத் இந்தியா போன்ற மாத இதழ்களில் மாணவப் பத்திரிகையாளராகவும் வலம் வந்தேன்.

செந்தமிழ் மாமணி விருது, இலக்கியச் செம்மல் விருது, பல்துறை வித்தகர் விருது, சேவைக்கான அப்துல்கலாம் விருது, சிறந்த மனித நேயர் விருது, எச்.டி.எஃப்.சி வங்கி வழங்கிய ஸ்டார் ஆப் தி ஹீரோ விருது, லண்டனில் இருந்து சர்வதேச அளவில் வழங்கப்பட்ட ஸ்டார் ஆப் தி கோவிட் விருது, சோழன் புக் ஆப் ரெக்கார்ட்ஸ் சேவைச் செம்மல் விருது, இந்தியன் ஐ கான் விருது என எத்தனையோ விருதுகளை பெற்றிருக் கிறேன். எவ்வளவோ வெற்றிகளை இந்த மாநகரம் தேடித்தந்தாலும் பிறந்த ஊரான மயிலாடுதுறையை (மாயூரம்) சுற்றியே மனம் அலைபாயும்.

அம்மா - அப்பாவை அறிமுகம் செய்ததோடு என்னவளையும் அறிமுகம் செய்திருக்கலாம். ஆனால், என் மூச்சிருக்கும் வரை எனது முழுக்கவிதையும் அவள்தான் என்பதால், பிரவீனாவைத் தனியாகவே அறிமுகப்படுத்துகிறேன். எழுத்து எழுத்து என வீட்டு அறைகளுக்குள் எனைப் பூட்டிக்கொண்டபோதெல்லாம், இன்முகம் காட்டி என்னை எழுத வைத்த அன்பு மனைவி பிரவீனாவுக்கு நன்றிகள்.

நான் துவண்டுபோகும்போதெல்லாம் எனை உயிர்ப்பிக்கும் உடன்பிறவாமலேயே உயிரில் கலந்த அக்கா ஷர்மி நாகலிங்கம் அவர்களுக்கு நெஞ்சம் நிறைந்த நன்றிகள்.

உயிர் நண்பன், பாரதியார் பல்கலைக்கழக உதவிப் பேராசிரியர் முனைவர் அ.நடராசன் மற்றும் ஆருயிர் தம்பி கொ.அன்புராஜா, தங்கைகள் கொ.அன்புகுமாரி, கொ.அன்புசெல்வி மற்றும் உறவினர்கள் அனைவருக்கும் என் சிரம் தாழ்ந்த நன்றிகள்.

அன்பை விதைக்கும் அன்புத் தம்பிகள் ரஞ்சித் ஜெயராமன், கார்த்திக் ஆண்டனி, பிரபு பழனிவேல் உள்ளிட்ட அத்தனை நல் இதயங்களுக்கும் நன்றி.

என் எழுத்துகளை அங்கீகரித்து, புத்தமாகச் செதுக்கித் தந்த டிஸ்கவரி பப்ளிகேஷன்ஸ் பேரன்புக்குரிய திரு. மு.வேடியப்பன் அவர்களுக்கு காலம் முழுவதும் நன்றிசொல்லக் கடமைப்பட்டிருக்கிறேன்.

அட்டைப்படம் வரைந்து கொடுத்த ரவிபேலட் அவர்களுக்கு என் பேரன்பு.

- கொ.அன்புகுமார்

தொடர்புக்கு: ***8939667467***

வாழ்த்துச் செய்தி

உன் வாழ்க்கையை நகலெடுக்கும் தக்கை
மனதுக்குள் இன்னும் ஈரமாய் மிதக்கிறது.
உன் வார்த்தைகள் மனதை ஊடுருவும்
இரத்த நாளத்தில் நர்த்தனம் ஆடும்
உயிரெங்கும் ஒளிந்திருக்கும்.
மீண்டும் மீண்டும் படிக்கத் தோன்றும்
என் வாழ்நாள் பொக்கிஷம்.
மேலும், பல புதிய படைப்புகளுக்காகவும்
என் உளம் கனிந்த நல்வாழ்த்துகள்.

அன்புடன்,
ச.நாகலிங்கம்

உள்ளே...

அம்மனைப் பார்த்தேன்!	11
சொர்க்கத்தில் சந்திக்க முடியுமா?	20
மூங்கில் பாலம்	29
மீன் ராசி	35
காற்றாடி மயக்கம்!	40
கிடேரி	45
வேம் பூ!	51
அப்பன் சாமி	57
கருப்பசாமி!	61
பயணிக்காத ரயில்	65
மனசும் மனசும்!	71
காதலில் நில்... கவனி... செல்!	77
அம்மாவும் நானும்!	82
ஜென்ம பந்தம்!	89
கோடங்கி	96
கடவுள் எங்கே இருக்கிறார்?	103
இடை நிற்றல்!	108
காதல் அதிகாரம்	112
கிழக்குக் கரை	118
பெயரில்லாத தெரு நாய்!	123

அம்மனைப் பார்த்தேன்!

1

சித்திரை வந்துவிட்டாலே நாங்கள் நினைக்க வில்லையென்றாலும் அந்தக் கோவில் திருவிழாவின் மேள சப்தத்தை கோடையின் குறுந்தென்றல் கடத்திவரும்.

ராத்திரியின் ரம்மியத்தை ஊற்றிக்கவிழ்த்த இருள் வெளியில், பெட்ருமாஸ் லைட் வெளிச்சத்தில் மேளம் அடித்து சாமி வரவழைக்கும் காட்சியும், தெருவில் தீ பந்தமெடுத்து வீதிவுலா வரும் சாமிப் புறப்பாடும் கண்முன் விரியும்.

கடலாழி ஆற்றுக்கு அந்தப்புறமாக இருக்கிறது அந்த மாரியம்மன் கோவில். பல நாணற்காடுகள், சிவன் கோவில்தெரு, பள்ளிக்கூடத் தெரு என கிட்டத்தட்ட 3 கிலோ மீட்டருக்கு அப்பால் நடக்கும் கோவில்

திருவிழாவை இரவு நேர ரேடியோ சப்தமும், மேளதாளங்களும் அப்படியே நெஞ்சுக்குள் நிலை நிறுத்தும்.

உடல் மட்டும் வீட்டில் படுத்துக்கொண்டு மனம் அந்த கோவிலையே சுற்றித் திரியும்.

அருகில் இருந்து கேட்கும் மேள சப்தத்திலோ, ரேடியோ பாடல்களில் இல்லாத இனிமையை தூரத்திலிருந்து வரும் வாடைக்காற்றின் மென்னிசையில் அனுபவிப்பதுண்டு.

மயிலாடுதுறை மாவட்டம், அரியலூர் கிராமத்திலிருக்கிற அந்த மாரியம்மன் கோவிலில்தான், நான் மறுபிறப்பு எடுத்ததாகச் சொல்வார் அப்பா.

அந்தக் கோடை காலத் திருவிழாவில் நடந்த ஆச்சர்யத்தை இப்போது நினைத்தாலும் உடம்பெல்லாம் சிலிர்ப்பு வரும். ஒவ்வொரு ஆண்டும் சித்திரை மாதத்தில் நடக்கும் தீமிதி திருவிழாவுக்கு அப்பாவோடு அந்த கோவிலுக்குச் சென்றுவருவது வழக்கம். எங்கள் கிராமத்திலிருந்து சுமார் 3 கிலோமீட்டர் தொலைவில் இருக்கும் எலந்தங்குடியை ஒட்டியிருக்கிற ஓர் பகுதியே அரியலூர்.

கோவில் திருவிழாவுக்கு அக்கம் பக்கத்து ஊர்க்காரர்களும் திரளுவார்கள். கூட்டத்தைப் பார்ப்பதற்காகவே மனம் கூத்தாடும்.

அதுவும் இரவு நேரங்களில் நடக்கும் திருவிழா என்றால் கொள்ளைப் பிரியம்.

இருளடர்ந்து கிடக்கும் வீதிகளைக் கடந்து அந்தத் திருவிழாக்களில் அதிகம் கலந்துகொள்ள முடியாது. ஒரு மண்டலம் நடக்கும் திருவிழாவின் கடைசி மூன்று நாட்களில்தான் நிறைய நிகழ்ச்சிகளை ஏற்பாடு செய்திருப்பர். அந்த நிகழ்ச்சியின்போது மட்டுமே அப்பா எனை அழைத்துச் செல்வார்.

மற்ற நாட்களிலெல்லாம் கோவிலில் இருந்து வரும் மேள சப்தமும், ரேடியோ பாடல்களையும் கேட்டுக்கொண்டே படுத்திருப்போம்.

கூரைவீட்டின் திண்ணையில் படுத்துக்கொண்டே காது கொடுத்துக் கேட்பேன்.

கோடங்குடியில் நடக்கும் திருவிழாவிலும் அப்படித்தான். மைக் டெஸ்டிங் இப்போது நடைபெற இருக்கும் ஜெ.பி-யின் பொன்மாலைப்பொழுது இசைக்குழுவிலிருந்து உங்களுக்குப் பிடித்த

இசைஞானியின் பாடல் இதோ என்று எக்கோ அடிக்கும் அந்தக் குரலைக் கேட்கவே காதினிக்கும்.

மேலக்காற்றின் சிறகில் ஏறிவரும் அந்தப் பாடலை இரவு நேரம் அவ்வளவு இதமாகக் கொண்டுவந்து கொடுக்கும்.

மாமரத்துத் தென்றல் என் மேனியைத் தொட்டுக்கொண்டே இருக்க, அடுத்து என்ன பாட்டு வரும் என்றே காதுகள் நீளும்.

அது பெரும்பாலும் இசைஞானியையே குழைத்துவரும்.

எங்கிருந்தோ வரும் பாடலின் இனிமையை அதன் நாடியை தொட்டுப்பார்த்து சிலாகிப்பது எல்லோருக்கும் பிடிக்குமா என்று தெரியவில்லை. ஆனால், அருகேயிருந்து ஒலிப்பதை விட அதன் சுவை அதிகம் பிடித்திருந்தது.

அப்படித் தான் என் பால்யத்தின் இரவுகள் கழிந்திருக்கின்றன. ஒலியை கேட்டு அங்கே என்னவெல்லாம் நடக்கும் என்பதைக் கற்பனையில் கோட்டை கட்டுவேன்.

பகல்நேரத் திருவிழாவைக் காட்டிலும் இரவுநேரத் திருவிழா அந்தியின் முந்தியைப் பிடித்துக்கொண்டு நடந்து, அடர்ந்து பனிப்பொழிவு எய்தி, நிசப்தத்தை நீவி, அடியாழம் வரை மனதுக்குள் புகுந்து, என் வாழ்வில் நிரம்பியிருந்தது.

விபூதி வாசம் நிறைந்துகிடக்கும் இரவுநேர கோவில் விழாவை ஊரே ஒன்றுதிரண்டு கொண்டாடும். ஆங்காங்கே காதல் ஜோடிகள் கண்களாலேயே பேசிக்கொண்டிருப்பர். தெய்வீகக் காதலாகக்கூட இருக்கலாம் அது. ஜரிகை போட்ட பாவடை தாவணியோடு இளைஞர்களின் மனதைக் கொள்ளையடிப்பார்கள்.

திருவிழாக்களில்தான் புதிய காதல்கள் அரும்புவிடும். 10 நாட்கள் நடக்கும் திருவிழாவில் குறவர் இன மக்கள் கடைகள் விரித்திருப்பர். பந்து, பளிங்கு, பம்பரமென வாங்கும் இளசுகளும், பலூனை குலுக்கிக்கொண்டே அதனுள் கிடக்கும் கடுகு சப்தத்தையும் ரசித்தபடி செல்வதில் அவ்வளவு அலாதி மகிழ்ச்சி இருக்கிறது.

குழந்தைகள் மட்டுமல்ல, குழந்தை மனம் கொண்ட யாவருக்கும் அது மிகவும் பிடிக்கும். கற்பூர நாயகியே கனகவல்லி, மாரியம்மா எங்கள் மாரியம்மா, மகமாயி சமயபுரத்தாயி என எல்.ஆர் ஈஸ்வரி மூச்சுவிடாமல் ஒலித்துக்கொண்டே இருப்பார், குழாய் ரேடியோவில்!

கோவில் அருகே ஒரு குளமிருக்கும்; எதிர்புறம் வயலிருக்கும். அங்கேதான் சீரியல் செட்டுகளோடு கலர்கலர் பல்புகளால் அம்மன் சிலையை வானுயர வைத்திருப்பார்கள். அது கலர்கலராய் அங்குமிங்கும் அலைவது போலவே இருக்கும். சாமியின் சிலையைப்போல தத்ரூபமாக மனதை நிறைக்கும்.

10 அடிக்கு ஒரு ட்யூப்லைட் கட்டப்பட்டு தெருமுனைவரை வெளிச்சம் பீய்ச்சி அடிக்கும். இரவு நேரங்களில் ஒளிரும் வெளிச்சத்தையும் திருவிழாவையும் ஆற்றுவெள்ளத்தைப்போலப் பார்த்துக்கொண்டே இருக்கலாம்தான்.

தீமிதிக்கு 10 நாட்களுக்கு முன்னதாகவே களைகட்டிக் கிடக்கும் கோவிலின் ரம்மியத்தை அப்படியே கடத்திவரும் அரியலூர் கருணாநிதி சித்தப்பா வீட்டின் குழாய் ரேடியோ மீதும், பெரிய காதல் இருந்தது.

கோவில் முகப்பில் பெரிய ஜெமினி ஸ்பீக்கர்களை வைத்திருப்பார்கள். அதிலிருந்து வரும் பாடல்களெல்லாம் புது இசையை ஊற்றி போதையை கவிழ்க்கும். அவர்கள்தான் கயல் ரேடியோ சர்வீசை அந்தப் பகுதி முழுக்க விரிவுபடுத்தியிருந்தனர்.

பாக்கெட்டில் மின்சாதனத்தைப் பழுதுபார்க்கும் டெஸ்ட்டரை வைத்திருந்தால்கூட அடடே வித்தைக்காரன் போலிருக்கிறதே என ஆச்சர்யமுடன் பார்ப்பார்கள் பெண்கள்.

90-களில் இசைஞானி புண்ணியத்தில்தான் மைக்செட்காரர்களுக்கு காதல் எளிதில் வாய்க்கும்.

'தரிசனம் கிடைக்காதா பெண்ணே கரிசனம் கிடையாதா' என்பதில் ஆரம்பித்து 'வாடி என் கப்பக்கிழங்கே என் அக்கா பெத்த முக்காத்துட்டே' வரை, பாடல்களை ஒலிக்கவிட்டே அக்கா மகள்களைக் கவிழ்ப்பார்கள்.

இசைஞானியின் பாடலுக்காகவே அளவெடுத்துச் செய்தது போல, எல்லா ஊரிலும் ஓர் இளைஞன் இருப்பான். அவன் சிரிப்பாலேயே பெண்களின் மனதைச் சிதைப்பான். 'கருத்தமச்சான் கஞ்சத்தனம் எதுக்கு வச்சான்... பருத்திக்குள்ளே பஞ்சை வச்சு வெடிக்க வச்சான்' என்று பாரதிராஜாவின் புதுநெல்லு புதுநாத்து பாடலின் மூலம் கருத்த மச்சான்களைத் தேடியோடும் சிவத்த அக்காள் மகள்களின் காதல் கவிதைகள் அதிகம் ஊருக்குள் சுற்றின.

90-களின் பிற்பகுதியில் வேறென்ன பெரிய ஆசையிருக்கப் போகிறது ரேடியோ சப்தம் கேட்பதற்கே மனது அலைபாயும். அதிலிருந்து

ஒலிக்கும் இளையராஜாவை ரேஷன் அட்டையில் மட்டும்தான் சேர்த்திருக்க மாட்டோம். காதல், காமம், அழுகை, ஒப்பாரி, சோகம் என எங்கள் உணர்வுகளை கடத்திச் செல்லும் தோணியாக இருந்தது இசை ஞானியின் இசை. உண்மையாகவே இளையராஜா இல்லையென்றால் என்னவாகியிருப்போம். மன உளைச்சலுக்கு ஆட்பட்டு வறுமையால் எங்கேனும் பித்துப் பிடித்து அலைந்திருந்தாலும் ஆச்சர்யப்படுவதற்கில்லை.

அப்படியொரு இசையைத் தட்டிவிட்டு எங்கள் நாடி நரம்பெல்லாம் ஊடுருவியிருந்தார் இசைஞானி.

இப்போது இருப்பது போல் டிவிடி பிளேயரோ, பென் ட்ரைவ் கலாச்சாரமோ இல்லாத காலத்தில், பக்கத்துக்கு 6 பாடல்கள் என இரண்டு பக்கமும் சேர்த்து 12 பாடல்கள் மட்டுமே இருக்கும் கேசட்டுகளோடு நாங்கள் வாழ்ந்த வாழ்க்கையும் மூட்டோடு முறிந்துவிட்டதாகவே கருதுகிறேன்.

அந்த கேசட்டுகளில் பிடித்த பாடல்களைப் பதிவு செய்ய மயிலாடு துறையில் இருந்த சன் மியூசிக்கைத் தேடி சைக்கிளில் காலொடிய பயணிப்போம். அதுவொரு கனாக்காலம். அதில் கரைந்தோடிய வாழ்வியலை இந்தத் தலைமுறை கண்டிருக்கவில்லை. அப்படிப் பார்த்திருந்தால், நெருடலோடு பயணிக்கும் பிள்ளைகள் இந்த இயந்திர வாழ்க்கையின் மீது பெரிய அளவில் மோகம் கொண்டிருக்க மாட்டார்கள். தாகமும் கொண்டிருக்கமாட்டார்கள்.

அப்படியாகக் கிடந்த கருப்பு-வெள்ளைக் காலத்தில் கோவில் திருவிழாக்களே அனைவரையும் ஒன்றிணைக்கும்.

அரியலூர் மாரியம்மன் கோவில் திருவிழாவும் அப்படித்தான். எங்கள் முட்டம் கிராமத்தைச் சேர்ந்தவர்களும் எலந்தங்குடி, வழுவூர் அந்தப் பக்கம் செறுதியூர் கிளியனூர் என அனைத்து பகுதியிலிருந்தும் இளம் செட்டுகள் சைக்கிளில் படையெடுத்து அந்தக் கோவில் திருவிழாவைக் கொண்டாடித் தீர்ப்போம்.

பக்தி மட்டுமல்ல, ஆடல்-பாடல் கிறக்கத்திலும், ஆர்கெஸ்ட்ரா மயக்கத்திலும் மூழ்காத திருவிழாக்கள் இல்லை.

விடிய விடிய நடக்கும் குறவன்-குறத்தி ஆட்டங்களில் இரவு தூக்கத்தைத் தொலைப்போம்.

பேய் உலவுவதாகச் சொன்ன மயானக்கரையோரம் சென்று அங்கிருக்கும் கொள்ளிக்குடங்களைத் தட்டி உடைத்துவிட்டு,

தைரியமாய்க் கதைபேசுவோம். திருவிழா பார்த்துவிட்டுத் திரும்பும் நள்ளிரவுகளில் மயானத்தின் சாம்பலை அள்ளிக்கொண்டு மறைந்து கிடக்கும் பேய்களை மல்லுக்கட்ட அழைத்ததும் நடந்தேறியிருக்கிறது அந்த இருள்வெளியில்.

அவ்வளவு தைரியமெல்லாம் நண்பர்கள்கூட இருக்கிறார்கள் என்ற நம்பிக்கையில்தான்.

மூங்கில் உரசும் சப்தம் கேட்டு பயந்தும், காற்றிலாடி விழும் மாம்பிஞ்சுகளின் சப்தத்திலும் நடுங்கிக்கிடந்த இரவுகள் நிறைய இருக்கின்றன.

மேட்டுக்கொல்லைப் பாட்டி மரணித்த ராத்திரியில் அவர் போலவே கம்பூன்றி ஒரு கிழவி வாசலுக்கு வந்து போனதாகச் சொன்ன அம்மாவின் பேச்சில், கிலிகட்டிய மனதை இன்றைக்கு நினைத்தாலும் சிரிப்பு வரும்.

அந்தப் பால்யத்தைக் கடந்து, திருவிழா பார்த்துவிட்டு வரும்போது, மயானத்தை அடித்து நொறுக்கும் தைரியமெல்லாம் வந்துபோனது.

'யமுனாநதி கரையோரத்தில், கண்ணா உந்தன் பூங்காவனம்' என ராத்திரி நேரத்து பூஜையில் பாடல் ஓடிக்கொண்டிருக்கும்போதே, ஆஹா ஆரம்பித்துவிட்டார்கள் என்று அவசரம் அவசரமாய் இரவு உணவை முடித்துவிட்டு, அப்பிக்கிடந்த இருள்வெளியில் சைக்கிளை எடுத்துக்கொண்டு கோவில் நிகழ்ச்சிக்குப் பறப்போம்.

அப்படியான ஆட்டங்களை ஆண்கள் பெண்கள் என எல்லோரும் ஒன்றாக ரசித்துக்கொண்டிருக்கும்போதே, அவர்களின் உள்ளுக்குள் ததும்பிக்கிடக்கும் காதலையும் காமத்தையும் காற்றில் கலந்துகொண்டிருப்பர்.

ஊருக்குள் அனைவரும் ஆடல்பாடல் நிகழ்ச்சியைக் காண கோவிலடியில் குவிந்திருக்க, புதுமணத் தம்பதிகள் மட்டும் தலைவலி கால் வலியென காரணம் சொல்லி நிகழ்ச்சிக்குப் போகாமல் தனிமையில் காமத்தைச் சுகித்திருப்பர்.

கோவில் திருவிழாக்களுக்கும், குத்துப்பாடலுக்கும் சம்பந்தம் இல்லைதான் எனினும் அது இல்லாமல் விழா நிறைவடையாது. வெறும் குத்துப்பாட்டு மட்டும்தானா இல்லையில்லை கடைசி நாளில் அரிச்சந்திரன் நாடகம் நடக்கும்.

அந்த நாடகத்திற்கு இளசுகள் வருகை குறைவாகவே இருக்கும். ஆனாலும் பாய் தலையணையோடு மணற்பரப்பில் இடம் பிடிக்கக் காத்துக்கிடக்கும் வயோதிகம் கொண்டவர்கள் அதிகம் இருப்பர்.

அரிச்சந்திரன் கதை தொடங்குவதற்கு முன்பாகவே அங்கு நெடுநெடுவென ஓர் ஆள், தாத்தா தாத்தா கொஞ்சம் பொடிகொடு... பேரா பேரா அந்த தடியெடு, தாத்தா தடிய எடுக்கயிலே பொடியும் பறந்திடுச்சு தாத்தோய்... என பாடும் அந்தப் பாடலோடு, பப்பூன்களின் நகைச்சுவை நாடகத்தோடு அரிச்சந்திரன் நாடகம் துளிர்க்கும்.

விடிய விடிய நடக்கும் அரிச்சந்திரன் நாடகத்தை கண்விழித்து பார்த்துக்கொண்டிருப்பார்கள். இளசுகள் பலரை காலையில்தான் எழுப்புவார்கள் அந்த மணல்வெளியில் இருந்து. வயதானவர்களும் நடுத்தர வயதினரும் வருடா வருடம் பார்த்த நாடகமாகவே இருந்தாலும், அதையே தூக்கத்தைவிட்டு ரசித்துக்கொண் டிருப்பார்கள்.

பொழுதுபோக்க டிவி-க்கள் இல்லாத காலமாய் இருந்தது அது.

யார் வீட்டிலாவது சாலிடர் டிவியோ, பி.பி.எல். டிவியோ இருக்கும் அதுவும் கருப்பு வெள்ளை. 80களிலும் 90களுக்குப் பிற்பகுதியிலும் தான் அப்படி இருந்தன. அரியலூர் மாரியம்மன் திருவிழாவிலும் அப்படியான ஒரு நாடகத்தைப் பார்க்கச் சென்றபோதுதான், அந்த விபரீதத்தில் சிக்கிக்கொண்டேன்.

இரவு 10 மணியிருக்கும் நானும் அப்பாவும் சங்கர் அண்ணனும் இன்னும் சில அண்ணன்களோடும் அரிச்சந்திரன் நாடகம் பார்க்க அந்தக் கோவிலடிக்கு சைக்கிளில் சென்றிருந்தோம்.

நரிகள் ஊளையிட்டு பயமுறுத்திய இரவு அது. ஆற்றங்கரை வழியாகச் சென்று தண்ணீரில்லாத படித்துறை வழியாக இறங்கி ஏறினால் கோவிலுக்கு ச்செல்லும் பாதை விரியும். கொஞ்ச தூரம் நடந்து சென்றாலோ, சைக்கிளில் சென்றாலோ கோவில் வரும்.

நாங்கள் செல்லும்போது நாடகத்தைத் தொடங்கிவிட்டிருந் தார்கள். அவசரம் அவசரமாய்ச் சென்று இடம்பிடித்து நாடகத்தில் மூழ்கிப்போனோம். ஒரு மணி நேரத்திற்குப் பிறகு என்னால் தூக்கத்தைக் கட்டுப்படுத்த முடியவில்லை.

அப்பாவின் மடியிலேயே தூங்கிவிட்டேன். அடுத்த ஒரு மணி நேரத்துக்குப் பிறகு சிறுநீர் கழிக்கப் போகவேண்டுமென அப்பாவிடம் அனுமதிகேட்டுவிட்டு, தூக்கக் கலக்கத்திலேயே அருகே இருந்த இருட்டு பகுதிக்கு நடந்து சென்றேன்.

தூக்கம் கலையவே இல்லை. கோவில் அருகே இருந்த குளத்தில் இறங்கிவிட்டேன்.

அது குளமெனத் தெரியவில்லை. பனிக்காலம் என்பதால் குளிராக இருக்கலாம் என்று நடுங்கிக்கொண்டே தண்ணீரில் நடந்து சென்றிருக்கிறேன். சுயநினைவும் இல்லை.

போனவனைக் காணாவில்லையே என்று அப்பா எனைத்தேடி வர, கழுத்தளவு தண்ணீரில் நான் நின்றுகொண்டிருந்ததைப் பார்த்து அலறியிருக்கிறார். அதற்குள்ளாக அண்ணனும் ஓடிவந்துவிட்டார். குளத்திலிருந்து என்னைத் தூக்கிவந்து துவட்டினார்கள். எனக்கு என்ன நடந்தது என்றே தெரியவில்லை.

தலையெல்லாம் துவட்டிவிட்டு அந்தக் குளிரில் நடுங்கிய எனக்கு மாரியம்மன் கோவில் பூட்டருகே தொங்கிக்கொண்டிருந்த கிண்ணத்திலிருந்து விபூதி எடுத்துப் பூசிவிட்டார் அப்பா.

'தாயே என் மகனைக் காப்பாற்றிவிட்டாய், நல்ல நேரத்தில் எழுந்துவந்து பார்த்தேன். இல்லையென்றால் மகன் உயிரே இல்லை' என்று கதறினார் அப்பா.

மாரியம்மனுக்கு அது சப்தமாகவே கேட்டிருக்கும். இல்லையெனில் நடப்பதையெல்லாம் அவளும் பார்த்திருக்கலாம். இல்லையெனில் அம்மனே அதை நடத்தியும் வைத்திருக்கலாம். அம்மன் அருள் இல்லாமல் அன்று நான் பிழைத்திருக்க வழியில்லை என்றே நம்பினேன்.

அதன் பிறகு அடிக்கடி அந்தக் கோவில் பக்கம் சென்று மனம் உருக வேண்டுவேன். அதற்கு அடுத்தக் கோடையிலும் அதே திருவிழாவைப் பார்க்கச் சென்றுவந்தேன்.

அதன் பிறகு, சென்னைக்குச் சொந்தமான பிறகு அவ்வப்போது ஊருக்குச் சென்றால் அது கோடையாக இருந்தால், அந்தக் கோவிலுக்குச் சென்று வருவது வழக்கம். ஆனாலும் இப்போது போவதற்கு வாய்ப்பு அமையவில்லை... அமையவில்லை என்பதைவிட அமைத்துக் கொள்ளவில்லை என்பதே சரியாக இருக்கும்.

நம்பிக்கைகள் என்றுமே வீண்போவதில்லை.

நடுத்தெரு காளியம்மன் கோவில் பூசாரி சாமியாடி இன்றைக்கும் நான் ஊருக்கு வந்தால் அம்மனுக்கு பூஜை செய்ய வேண்டும் என்று வீட்டிற்கு வருவார். என்னால் ஆன பண உதவியைக் கொடுத்து சாமிக்கு அர்ச்சனை செய்யச் சொல்வதுண்டு.

கடவுளுக்கு நான் கொடுக்கும் பணம் முழுவதையும் செலவிடுவாரா என்று தெரியவில்லை. ஆனாலும், அவரே அதில் பாதி எடுத்துக் கொண்டாலும், அவரது வறுமைக்கு சாமியே உதவி செய்ததாக கருதிக் கொள்வேன்.

சென்னையில் இருந்தால் அடிக்கடி மயிலாப்பூர் கற்பாகாம்பளை தரிசிக்கச் செல்வேன். அம்மனே எல்லா உருவமாகவும் இருக்கிறார் என்று ஆனந்தம் கொள்வேன்.

அம்மனைச் சந்தித்திருக்கிறேன் அடிக்கடி!

சொர்க்கத்தில் சந்திக்க முடியுமா?

அதிகாலை 4 மணியிருக்கும். அருகே இருக்கும் குளத்தில் ஆட்கள் சப்தம். நாய்கள் குலைக்கின்றன. பனிமூட்டம் அடர்ந்து குழைகிறது. சப்தமிட்டு அழும் நாயை அதட்டிவிட்டு, குளத்தை எட்டிப்பார்க்கிறார் பெரியப்பா.

2

பனிமூட்டத்தின் நடுவே மீன்பிடிக்க இறங்கியிருந்த ஆட்களிடம், ''விரால் மீன் பிடித்தால் எடுத்து வையுங்கள்'' என்று சொல்லிவிட்டு, விடிந்ததும் எழுலாம் என மீண்டும் படுக்கையில் விழுந்தவர், அடுத்த ஒருமணி நேரத்தில் உயிரோடு இல்லை. இருதயக்கோளாறு அவரின் உயிரை அவ்வளவு சீக்கிரம் அறுத்துவிட்டிருந்தது. எங்கே போனது அந்த உயிர்? யார் எடுத்துக்கொண்டார்கள், ஏன் பிடித்துவைக்க முடியவில்லை, அந்த இழப்பை இன்றைக்கு நினைத்தாலும் கண்கள் கசியும்.

மனோகரன் பெரியப்பாவை ஆட்டோ பிடித்து மயிலாடுதுறையில் உள்ள மருத்துவமனைக்குத் தூக்கிச் சென்றபோது, அவரது நாடி பத்து நிமிடத்துக்கு

முன்பாகவே நின்றுவிட்டதாக மருத்துவர்கள் சொல்ல, பிணமாகவே தூக்கி வந்தார்கள் அந்த காலைப்பொழுதில்.

அலறலோடு விடிந்த பொழுதை மறக்கவே முடியாது. கடைசியாய் அந்த உயிர் என்ன சொல்ல நினைத்திருக்கும்?

மகள்கள் இருவருக்கும் திருமணம் செய்துகொடுக்காமல் போகிறோமே என்று கலங்கியிருப்பாரா, இல்லை இன்னும் கொஞ்ச நாள் வாழ்ந்துவிட்டுப் போக காலனிடம் மன்றாடியிருப்பாரா தெரியவில்லை. காலன் என்பவன் இருப்பது உண்மைதானா?

வந்தோர் எல்லாம் தங்கிவிட முடிவதில்லை ஏன்? அப்படி போனவர்களெல்லாம் எங்கே இருப்பார்கள்? என்ற கேள்விகள் உயிரைத் துளைத்து எடுக்காமல் இல்லை அவ்வப்போது.

பெரியப்பாவின் கவலையே அவரைக் கொன்றுவிட்டதாகச் சொல்ல முடியும். தனக்கு ஏற்படும் நெஞ்சுவலியை வெளியில் சொல்லாமலேயே மறைத்திருந்தார்.

முன்பொரு அந்தியில் ஹெர்குலிஸ் சைக்கிளை நிறுத்திவிட்டு கல்லூரிவிட்டு வரும் அக்காவை அழைத்துச் செல்வதற்காக மஞ்சளாற்றங்கரையில் காத்துக்கிடந்த பெரியப்பா, பள்ளிவிட்டு வீட்டுக்குத் திரும்பிய என்னிடம் பேசிய அந்த வார்த்தைகளை இன்னமும் மறக்க முடியவில்லை.

இரண்டு பெண் குழந்தைகளை வைத்துக்கொண்டு கோவிந்த சாமி சித்தப்பா அடிக்கடி குடித்துவிட்டு உடம்பை கெடுத்துக் கொள்வதைச் சொல்லி நொந்து புலம்பினார்.

திடீரென அவனுக்கு (சித்தப்பா) ஏதாச்சும் ஆச்சுன்னா என்ன ஆகுறது? ரெண்டு பெண் குழந்தைகளை கட்டிக்கொடுக்கணும், அதுவரைக்குமாவது அவன் உயிரோடு இருக்க வேண்டும் என சித்தப்பாவின் உயிரைப்பற்றி கவலைப்பட்ட பெரியப்பா, கடைசியில் அவரே உயிரோடு இல்லாமல் போனதுதான் வேதனையிலும் வேதனை.

எல்லா உயிர்களுக்கும் உயிர் போவதற்கு முன்பாகவே, தான் இனிமேல் உயிரோடு இருக்கப்போவதில்லை என்பது தெரிந்துவிடும் என்கிறார்கள்.

அப்படியான சாவுக்கதைகளை பலமுறை கேட்டிருக்கிறேன். அப்படியென்றால் அங்கே என்னதான் நடக்கும்?

கடைசி நேரத்தில் வார்த்தைகள் நொடித்து விழும்போது அவர்களின் பேச்சுகளை அள்ளிவைத்துக் கோர்க்க நேரிடும். அப்படியாக விழும் வார்த்தைகளை மொழிபெயர்க்கவும் அவசியம் நேரும்.

கண்களில் நீர் ததுதம்பி, தன்னைச் சுற்றியிருப்போரை பார்த்துக் கொண்டே தன் வாயிலிருந்து வழிந்தோடும் பாலோடு, மூச்சை நிறுத்திக்கொள்ளும் பலரை நெருப்பில் நின்று பார்ப்பதைப் போல நேரில் நின்று பார்த்திருக்கிறேன் பலமுறை.

அப்பாவைப் பெற்ற சுந்தரம்பாள் பாட்டியின் கடைசி அத்தியாயமும் கண்முன் நிற்கிறது. இப்போ போகும் ,அப்போ போகுமெனக் காத்திருந்த சாவு அது. ஆனால் அந்தக் கடைசிநாளில் இன்றைக்கு எப்படியும் முடிந்துவிடும் என்று அத்தைகள், அப்பா, அண்ணன்கள் சித்தப்பா என பலரும் காத்திருந்தோம் அந்த இரவு தொடங்கி விடியும் வரை பாட்டியின் உயிரை வழியனுப்பியது பெரும்வேதனை.

வீட்டு வாசலில் அதிகாலை 4 மணியிலிருந்து காலை 6 மணி வரை இரண்டு ஆந்தைகள் மாமரத்திலிருந்து கத்திக்கொண்டே இருக்க, அதை விரட்டிவிட்டாலும் போகவில்லை.

சரியாக காலை 6 மணிக்கு பாட்டியின் கடைசி மூச்சை பாலூற்றி வழியனுப்பினார்கள். ஒருமிடறு இறங்கிய பாலை சப்தமிட்டுக் குடித்துவிட்டு, அதன் பிறகு கண்கள் திறந்திருந்தபடியே மூச்சறுந்துபோனார் பாட்டி. அதுவரை கத்திக்கொண்டிருந்த ஆந்தைகள் உயிர்போன அடுத்த நொடி அலறிக்கொண்டு அங்கிருந்து பறந்தன. அப்படியென்றால் அந்தச் சாவுக்காக விடியும் வரை காத்திருந்தது யார் யார்?

அந்த மர்ம முடிச்சுக்குப் பல கதைகள் கூறப்பட்டாலும் அதற்கான காரணம் அறிவியல் ரீதியாக இன்றுவரை இல்லவே இல்லை.

சில உயிர்கள் அவ்வளவு சீக்கிரம் போகாது, அப்படித்தான் பெரியம்மாவின் உயிர்.

காவிரி பெரியம்மா இறந்துவிடுவார் என்று பாலூற்றிக் காத்துக்கொண்டிருக்க, அவரது உடல் நிலையில் சட்டென முன்னேற்றம் ஏற்பட்டு, அதன் பிறகு சுமார் 7 ஆண்டுகள் நலமாகவே வாழ்ந்து முடித்தார் பெரியம்மா. நானும் கடைசியாக இரண்டு சொட்டு பாலூற்றியது நினைவிருக்கிறது.

உயிர் போவது எழுதப்பட்ட ஒன்று என்று நம்புகிறார்கள் மக்கள். அப்படியென்றால் யார் எழுதியது?

ஒருவேளை சாவு குறித்து முன்பே தெரிந்துவிட்டால் நரகமாகிவிடாதா வாழ்க்கை. அப்படியானால் சாவைப்பற்றி செத்துதான் தெரிந்துகொள்ள முடியுமா? கடைசி நிமிடத்தில் நமது உடலை விட்டுச் செல்லும் உயிருக்கு யார் துணை இருப்பார்கள்? நம்மை இழந்து அடித்துக்கொண்டு அழும் உறவுகளை அந்த உயிரால் பார்க்க முடியுமா? உயிர் போன பிறகு நமக்காக கண்ணீர் சிந்தும் உறவுகளை மறைந்திருந்து அங்கிருந்தபடியே நாம் பார்த்துக்கொண்டிருக்க முடியுமா ? மயானம் வரை நமது உடலை தூக்கிச் செல்லும்போது அந்த கூட்டத்தின் நடுவே நாமும் பயணிக்க முடியுமா?

நமது உடலை குழிக்குள் வைக்கும்போதும், மண்ணெடுத்து மூடும்போதும், பால்தெளிக்கும்போதும் நமது மனநிலை என்னவாக இருக்கும்? இறந்த பிறகு மனசு என்று ஒன்று இருக்குமா? அதைத்தான் ஆன்மா என்கிறார்களா?

நமது உடலைப் புதைத்துவிட்டு வீடு போகிறார்களே, அவர்களது பின்னாலேயே மீண்டும் நாம் வீட்டுக்கு போக முடியுமா?

ஒருவேளை நாம் எரிக்கப்பட்டால் பொசுங்கும் உடலை அழாமல் நம்மால் பார்த்துக்கொண்டிருக்க முடியுமா? தீயிலிருந்து கைகளை எடுத்துக்கொள்ள முடிவதில்லையே ஏன்? யாருடனும் இனிமேல் பேசவே முடியாதா என்று நமது ஆன்மாக்கள் அலறாமல் இருக்குமா? என்றெல்லாம் பல கேள்விகள் இருக்கின்றன.

உயிர்களின் தேதி முடிவு செய்யப்பட்டவை என்பதை நம்பியிருக்கிறேன்.

பள்ளிக்கூடம் படிக்கும் வயதில் மேட்டுக்கொல்லைப் பாட்டியின் சாவுக்காக அதேபோல விடியும் வரை காத்திருந்தோம்.

வருவோர் போவோர் எல்லாம் பாலூற்றி இன்னும் அரை மணி நேரத்தில் முடிந்துவிடும்... ஒரு மணி நேரத்தில் முடிந்துவிடும் என்று சொல்லிக்கொண்டிருந்தார்கள். ஆனால் முடியவே இல்லை!

போகாமல் கிரட்டிக்கொண்டிருக்கும் உயிரை வழியனுப்ப கிராமத்தில் சில வழிமுறைகளை வைத்திருப்பார்கள்.

அப்படியாக பெரும் சிரமப்பட்டுக்கொண்டிருக்கும் உயிர் இருப்பதைவிட போவதே மேல் என, சில நெல் மணியை பாலில் கலந்து ஊற்றுவார்கள். நெல்மணி தொண்டைக்குள் போகும்போது மூச்சிரைப்பு ஏற்பட்டு உடனடியாக அந்த உயிர் போய்விடும்.

மேட்டுக்கொல்லைப் பாட்டிக்கு அப்படியாகத்தான் உயிர் போனதென்று நினைக்கிறேன். அந்த வயதில் உயிரின் மதிப்பு பெரிதாக ஒன்றும் தெரியவில்லை. காளமேகம் தூக்கிட்டு இறந்து போனதாக சொன்னபோது இன்றைக்கு பள்ளிக்கூடம் போகவேண்டாம் ஜாலியென நினைத்தேன் அவ்வளவுதான்.

அதன் பிறகே பலமுறை யோசித்திருக்கிறேன். வீட்டிலிருந்து வயல்காடு வரை நடந்து சென்ற அந்த ஆள், நல்லறிக்குட்டை திடலில் இருந்த வேப்பமரத்தில் தொண்டை இறுக தூக்கிட்டுத் தொங்கிக்கொண்டிருந்த அந்தக் கொடுமையை நினைத்து வேதனைப்பட்டிருக்கிறேன்.

அந்த உயிர் எங்கே போயிருக்கும்? ஒருவேளை அவர் தூக்கிட்டுக் கிடந்த மரத்தையும் சேர்த்தே வெட்டி சாய்த்தார்களே, அதில் ஒட்டியிருக்குமா?

பதினாறாம் நாள் காரியத்தன்று, செங்காமட்டையால் கோலமிட்டு, நான்கு புறமும் வாசல்வைத்து, நடுவில் அரிசி நெல்லெல்லாம் கொட்டிவைத்து படைத்துவிட்டு, அக்னி வளர்த்து, கொள்ளி வைத்தவர் நான்கு புறமும் நூலால் கட்டப்பட்ட வாசல் திறந்து, கடைசியாக நடுவில் நட்டுவைத்த நாணலில் இருந்து அறுத்துவிடும் வெள்ளை நூலில் இருந்துதான் சம்பந்தப்பட்ட இறந்தவரின் உயிர் சொர்க்கத்திற்கு உயிருள்ள மரத்தின் வழியாக அனுப்பிவைக்கப்படுகிறது என்று சொன்னாரே பண்டாரம் அது உண்மையா?

அப்படியானால் இறந்து போனவரது உயிர் பதினாறு நாள் வரைக்கும் ஊரைச் சுற்றியும், வீட்டைச் சுற்றியும்தான் அலைந்து கொண்டிருக்குமா? 16 நாட்கள்களுக்குப் பிறகு சொர்க்கவாசல் திறந்து அனுப்பி விடுகிறார்களே. அவர்கள் தவறு செய்திருந்தால் நரகத்தின் கதவுகள் திறந்திருக்குமா?

இறந்தவரை வீட்டுக்கு அழைக்கும் பழக்கம் இன்னமும் கிராமங்களில் உயிரோடு இருக்கிறது. இறந்தவரை 30வது நாளில்தான் வீட்டுக்கு அழைப்பார்கள். இறந்துபோன நபருக்கு பிடித்தமான உணவுகளை சமைத்து வைத்து, காட்டுக்கு போனவரே வீட்டுக்கு வாருங்கள் என்று கூப்பிடுவார்கள்.

ரங்கசாமி பெரியப்பா உயிரோடு இருந்தவரை பெரியப்பாவும் குச்சிலி பாட்டியும்தான் சூடம் சாம்பிராணி தேங்காயோடு ஆள் அரவமற்ற அந்தத் தெரு முனையில் தேங்காய் உடைத்து சூடமேற்றி காட்டுக்கு போனவங்களே வீட்டுக்கு வாங்க என்று இரவு 9 மணிக்கு மேல் கூட்டி வருவார்கள்.

காட்டுக்கு போனவங்களே எங்கேயும் யார் கண்ணிலும் அகப்படாம, யாருக்கும் தொல்லையில்லாமல் வீட்டுக்கு வரணும் என்று கேட்டுக்கொண்டு சூடம் ஏற்றிய கையோடு சாம்பிராணி புகை போட்டு, திரும்பிப் பார்க்காமல் வீட்டுக்குள் நுழைவார்கள் பெரியப்பாவும் குச்சிலி பாட்டியும்.

அதன் பிறகு ஒரு ஐந்தாறு நிமிடம் வீடே அமைதியாக இருக்கும். ஒருவேளை இறந்தவர் அமைதியாக வந்து அங்கிருக்கும் பலகாரங்களை ருசித்துக்கொண்டிருக்கலாம்.

அந்த நேரத்தில் வீட்டில் இருப்போர் அனைவரும் ஒரு தனியறையில் இருக்க வேண்டும். அதன் பிறகே, படைத்த உணவை அனைவரும் பயத்தோடு சாப்பிட்டு முடிப்பார்கள். அது இன்றும் தொடர்கிறது.

உண்மையாகவே அப்படிக் கூப்பிட்டதும் ஆன்மாக்கள் வீடு தேடிவந்து உணவருந்துமா? யார் வகுத்தது இந்த முறையை? அந்த உயிர் ஏன் இந்த உலகில் வாழக்கூடாது? அந்த உயிரை எடுத்துக்கொள்வது எது ? அது கடவுளாக இருக்க முடியுமா அல்லது அது பிரபஞ்சத்தின் வேட்டையா? அந்த மர்ம முடிச்சுகள் புரியாத புதிராகவே இருக்கின்றன.

உயிர்களை சிலர் சரமாரியாக வெட்டி வீழ்த்துகிறார்களே, அந்த உயிர்களெல்லாம், அதற்காக குறிக்கப்பட்ட நாள் வரை ஊருக்குள் தான் அலையும் அதன் பிறகுதான் அது சொர்க்கத்திற்கோ நரகத்திற்கோ செல்லும் என்கிறார்களே, அது எப்படி நடக்கும்?

எனக்குச் சரியாக நினைவிருக்கிறது, துரைமாணிக்கம் சித்தப்பா குடித்துவிட்டு வண்டியில் தனது நண்பரோடு சென்றபோது, பேச்சாவடி பெட்ரோல் பங்க் எதிரே நிலைதடுமாறி விழுந்து விபத்துக்குள்ளானார். அவர் மீது ஏறிச்சென்ற அந்தப் பேருந்தின் சக்கரத்தில் வாழ்க்கையின் ஓட்டம் அப்படியே நசுங்கிக்கிடந்ததை உயிர் துடிக்கப் பார்த்திருக்கிறேன்.

சிறு சிறு பிள்ளைகள் தன் அப்பாவின் உயிரறுந்த சோகத்தைப் புரிந்து கொள்ளவே முடியாத வயதில் நிற்க, இருபத்து ஐந்து வயதை தாண்டாத கவிதா சித்தி தாலியறுக்க நேரிட்ட கொடுமையை என்ன சொல்ல. ஊரே அழுது தீர்த்த அந்த நாளை இன்னும் மறக்கவில்லை. மறக்கவும் முடியாது.

கிட்டத்தட்ட 20 வருடங்கள் கடந்திருக்கும் அந்தச் சம்பவம் நடந்து. அவர் வண்டியை எடுத்துக்கொண்டு போகும்போதே எதிரே வந்த ஒருவர் அவரை வழிமறித்துக் குடித்துவிட்டுப் போகாதே என்று சொன்னதாகவும் போனால் போறேன் சாவு வந்தால் யாரால் அதைத் தடுக்க முடியும்

என்று, இன்னும் அரைமணி நேரத்தில் சாகப் போகும் அவர் அப்படியாக சொன்னதை அன்றைய நாள் முழுக்க சொல்லிச் சொல்லி அழுதார்கள்.

நானும் பலமுறை கேள்விப்பட்டிருக்கிறேன், சாவு வருவதற்கு முன்பாகவே அது குறித்து அதிகம் பேசுபவர்கள் என்று அபசகுனமாய் அப்படியெல்லாம் பேசாதே என்று சொல்லிய பலரை சாவு முத்தமிட்டதை கண்கூடாகவும் பார்த்திருக்கிறேன்.

சாவுக்கு சகுனம் உண்டா, அதைப் பற்றிப் பேசினால் அருகே நெருங்குமா? விதி என்கிறார்களே அப்படியென்றால் குறிக்கப்பட்ட நாளில் போய்த்தான் ஆகவேண்டுமா? விதியென்பதை விட்டது யார்? விதியை மதியால் வெல்லமுடியும் என்கிறார்களே... அதைச் செய்ய முடியுமா? சாவை தள்ளிப்போடலாம் என்றால் அதற்கான உரிமத்தை யார் கொடுக்கிறார்கள்?

பெரியப்பா மனோகரன் இழப்பு, அதன் பிறகு பாட்டி சுந்தரம்பாள் இழப்பு, அம்மாவைப் பெற்ற என் பாசமிகு தாத்தா கலியபெருமாள் இழப்பு, என் மீது உயிரையே வைத்திருந்த காவிரி பெரியம்மா இழப்பு, நாட்டு நண்டின் கால் கடித்து என் பசியை ஆற்றிய இன்னொரு பெரியப்பா ரங்கசாமி உட்பட யாரையுமே என் நினைவிலிருந்து சாகும் வரை அறுக்க முடியாது போலிருக்கிறது.

சாகும் வரையென்றால் செத்த பிறகு மறந்துபோய்விடுமா? அவர்களையெல்லாம் மேலே சென்றால் பார்க்க முடியுமா? என்னை அடையாளம் கண்டுபிடிப்பார்களா?

அவர்களிடம் நான் கேட்கவேண்டிய கேள்விகளையெல்லாம் கேட்க முடியுமா? அவர்கள் கடைசியாகச் சொல்ல நினைத்ததையெல்லாம் கோர்க்க முடியுமா?

வேலூர் குடியாத்தம் காளியம்மன் கோவில் தெருவில் வசிக்கும் ஓர் ஆள், தன் மீது ஆவிகளை இறக்கிக்கொண்டு பதில் சொல்லிக் கொண்டிருப்பார். வெள்ளி செவ்வாய் கிழமைகளில் இறந்தவர்களின் குடும்பத்தைச் சேர்ந்தவர்கள், அவரிடம் குறிகேட்க குவிந்து கிடப்பார்கள்.

இறந்துபோன உயிர்கள் சொல்லாமல் போன விடயங்களை குறியாடியிடம் கேட்டுக்கொண்டிருப்பார்கள். அது ஏமாற்று வேலை என்று தெரிந்தால்கூட மனதிற்குள் அவர்களிடம் பேசியதில் ஆறுதல் கொள்கிறார்கள் அவரை இழந்துவாடும் குடும்பத்தினர்.

எல்லோரது இழப்பை விடவும், மிகப்பெரிய பேரிழப்பாக என் சித்தப்பா மகள் ஹரிணியை இருபது வயதிலேயே தவிக்க விட்டுவிட்டு விபத்தில் சிக்கி உயிரறுந்து போனானே கண்மணி அவன் சட்டையை பிடித்து ஏன்டா இப்படி செய்தாயென கத்தி அழவேண்டும்.

“ஏன் மச்சான் இப்படி பண்ணிட்ட, ஹரிணி பாவம்டா எதுக்காக அவ்வளவு சீக்கிரம் செத்துப்போன” என்று கேட்டுக் கொண்டே அவனை கட்டியணைக்க விரும்புகிறேன்.

தாய் மாமன் என்ற உரிமையில், பதினெட்டு வயது நிரம்பாத என் சித்தப்பா மகள் ஹரிணியை பெண் கேட்டு வந்த அவனுக்கு கொடுக்க மாட்டேன் என்று எவ்வளவோ மல்லுக்கட்டியதால் கடைசிவரை என்னிடம் பேசாமலேயே இருந்துவிட்டான் கண்மணி. ஆனாலும் இருவீட்டார் சம்மதத்தோடு போராடி என்னை விட்டுவிட்டு நடந்தது அந்த கல்யாணம்.

அதன் பிறகு ஒரு கைக்குழந்தையோடு, வேறொரு துக்க நிகழ்ச்சியில் முதல்நாள் அவனைப் பார்க்கிறேன். மறுநாள் இருசக்கர வாகனத்தில் எதிரே வந்த வண்டியின்மீது மோதி உயிரிழந்து சாலையில் கிடந்தான் கண்மணி.

அத்தை மகன் என்பதை விட என் பள்ளி வகுப்புத் தோழன், அவனும் நானும் வாழ்ந்த வாழ்வியலை மறக்க முடியாமல் தவிக்கிறேன் இன்னமும். அவன் கடைசிவரை பேசாமல் போன வலி, எனக்கு மட்டுமே தெரியும்.

போராடி நடந்த திருமணத்திற்கு பிறகு அவன் ஒருமுறை என்னிடம் பேசியிருந்தான். பெரியம்மாவின் இறப்பின்போது “அவ்வளவு தான்டா வாழ்க்கை, இனிமேல் ஒன்றாக இருப்போம், இன்னும் எவ்வளவு காலம் வாழப்போறோம்டா” என்று அவன் சொன்ன வார்த்தைகள் கேட்டுக்கொண்டே இருக்கின்றன இப்போதும். அதன் பிறகு என்ன ஆனதென்று தெரியவில்லை அவன் பேசவே இல்லை.

கண்மணி இறப்பதற்கு முன்பாகவே அவன் மனதளவில் நொடித்து போயிருந்தான். அவனது அப்பாவும் எனது மாமாவுமான பக்கிரி சாமி மாமா அதற்கு முன்னதாக இரண்டு மாதத்திற்கு முன்பாக தான் இருதய நோயால் உயிரைவிட்டிருந்தார்.

அந்த இழப்பிலிருந்து அவன் மீளவே இல்லை. மீளவும் முடியாதுதான். தந்தையோடு நண்பனாக பழகியதால் அந்த இழப்பு அவனை மனதளவில் பெரிய அளவில் பாதிப்பை ஏற்படுத்தியிருந்தது. அவன் அடிக்கடி

சொல்லிக்கொண்டே இருந்தது என்ன தெரியுமா, தன் அப்பாவிடமே போய்விடுவேன் என்பதுதான்.

பல நாட்கள் அதுபற்றியான நினைவிலேயே சுருண்டு கிடந்து, தீபாவளி தினத்தன்று தனது அப்பாவின் நினைவோடு, இருசக்கர வாகனத்தில் வெளியில் சென்றவன் பிணமாகவே வீடு திரும்பினான்.

மயிலாடுதுறை அரசு மருத்துவமனை பிணக்கிடங்கிலிருந்து மூட்டைகட்டி வந்த அவனை நினைக்கும்போதெல்லாம் கண்ணீர் வரும்.

வாழவேண்டிய வயதில் அவன் இல்லையெனும்போது இறப்பின் மீதான சந்தேகம் தொடர்ந்தபடியே இருக்கிறது.

இறந்துபோன மனிதர்கள் எங்கே இருக்கிறார்கள்? சாமியாக மாறிவிடுகிறார்களா? வேறொரு உயிராய் பிறப்பெடுக்கிறார்களா? நமக்கும் ஒரு நாள் சாவு வந்தால் அவர்களை எங்கே சந்திப்பது? பேச வேண்டியதையெல்லாம் பேசித் தீர்க்கலாமா? சொர்க்கலோகம், நரகலோகம் என இருவேறு உலகங்கள் இருக்கின்றனவா? சொர்க்கத்தில் அவர்களைச் சந்திக்க முடியுமா? சொர்க்கத்திற்கும் நரகத்திற்கும் இணைப்புப் பாலங்கள் இருக்கின்றனவா!

◯

மூங்கில் பாலம்

3

கார்காலத்தின் தொடக்கம் அது. அந்தி நேரத்தில் இருள் கவிழ்ந்து பாதைகள் தெரியவில்லை. மெதுவாக மூங்கில் பாலத்தின் மீதேறி இக்கரைக்கு வந்துவிட்டோம். பெருங்கூச்சலோடு பேய்மழையொன்று எங்களைத் துரத்தப்போவது காதுக்குள் விழுகிறது.

மண்வாசனை என் நாசித்தொட்டு மழையின் வேர்களை தூரமாய்ப் பார்க்கிறேன்.

பனைமரக்காடுகளை நனைத்துகொண்டே அது எங்களை நோக்கிவருவதைக் கண்டு ஓட்டமெடுத்தோம். நல்லவேளை ஊருக்குள் நுழைந்துவிட்டதால், நனையாமல் தப்பி விடலாம் என நினைத்தோம். ஆனாலும் பயனில்லை வளைத்துக்கொண்டு சாத்தியது பெருமழை. சொட்டச் சொட்ட நனைந்தபடி புத்தக மூட்டையுடன் வீட்டுக்குள் ஓடி நுழைந்தேன்.

தலை துவட்டிக்கொண்டே மழையின் கூச்சலை வெறித்துப் பார்த்துக்கொண்டிருந்தேன்.

மின்சாரம் இல்லை, பேட்டரி ரேடியோவில் ஒலித்தது புயல் எச்சரிக்கை. அடுத்த 24 மணி நேரத்தில் மணிக்கு 120 கிலோமீட்டர் வேகத்தில் நாகப்பட்டினத்திற்கும் கடலூருக்கும் இடையே புயல் கரையை கடக்கும் என்றும் எச்சரிக்கிறார் செய்தி வாசிப்பாளர்.

என் நினைவெல்லாம் அந்த மூங்கில் மரப்பாலத்தை நோக்கியே வளர்ந்தது.

இரு கரைகளையும் தொட்டுக்கொண்டிருக்கும் மூங்கில் பாலம் அழகானவை. நீரின் மேனியை அது மென்மையாகத் தடவிக் கொண்டிருக்கும். தண்ணீர் இடைவெளியின்போது முத்தங்களுக்காக காத்திருக்கும் இதழ்களைப் போல அது ஒட்டாமல் கிடக்கும். நீர்வரத்து அதிகம் இருக்கும்போது காதலால் ததும்பி வழியும்.

ஆற்றின் பெருவனப்பையும் அதன் சலசலப்புகளையும் யாசித்தபடி நிற்கும் நாரைகள்கூட பாலத்தின் அடியில்தான் குடியிருந்தன. காற்றுக்கு தலையாட்டிய மூங்கிலின் பசுந்தேகமே பாலம்.

ஆற்றின் இடையை நாள் முழுக்க பாலத்தின் மீதுமர்ந்து பார்த்துக் கொண்டிருக்கலாம். அடுத்த கரை மேய்ந்துவரும் மகிழ்ச்சியில் ஆடுகள் அதன்மீது துள்ளி குதிக்கும். மேலத்தெரு கவிதா அக்கா கர்ப்பிணியாய் மருத்துவமனைக்குச் சென்றுவரவும் அந்தப் பாலமே வசதியாக இருந்தது.

பின் வீட்டு பெரிய அண்ணன், அதன் மேலே ஏறி நின்றபடிதான் வலைவீசி பெருமீன்களை அள்ளிக்கொண்டிருப்பார். தம்பிகள் சிலர் தூண்டிலின் தூரிகையைப் பார்த்து ரசித்து நிற்பர். இதையெல்லாம் வேடிக்கைப் பார்த்த பிறகுதான் பள்ளிவிட்டு வீட்டுக்குச் செல்வோம் பல அந்திகளில்.

ஆனால், அறிவிக்கப்பட்ட புயல் அவை அத்தனையையும் பறித்துக் கொண்டு போய்விட்டால் என்னாவது என்ற கவலை.

புயல் ஓய்ந்த பிறகு பாலத்தின் மீதேறி நடக்க முடியுமா, ஒருவேளை பெருவெள்ளத்தில் அடித்துச் செல்லப்பட்டால் பள்ளி வாழ்க்கை என்னாவது என்று பல குழப்பங்கள் அலையடிக்கத் தொடங்கின.

புயலுக்கு முன்பாக ஒரு பெரும் நிசப்தம் நீவிக்கிடந்தது ஊருக்குள். இரவு நழுவிக்கொண்டிருக்க, பயத்துடன்தான் படுத்திருந்தோம். எங்கள் வீட்டுக் கூரையை ஆவேசமாகவே கோதிப்போனது காற்று. அதற்குமுன் அப்படியாகச் சப்தமிட்டு அது பேசியதில்லை.

மீண்டும் ஒரு நிசப்தம். சிறு தூறல் விழுந்தபடியிருக்க எனையறியாமல் தூங்கிவிட்டிருந்தேன். விடிந்தபோது புயலின் முதல் குழந்தைகள் அங்குமிங்குமாய் அலைவதைப் பார்த்தேன்.

கூரையை விட்டு வைக்குமா என்ற பதற்றம்தான் அம்மாவுக்கும் அப்பாவுக்கும். பக்கத்து வீட்டிலிருந்து ஓடிவந்த மாமன் மகன்களும் அக்காக்கள் என பதினைந்து பேர் எங்கள் கூரைக்குள் அமர்ந் திருந்தோம்.

புயல் கரையைக் கடக்கத் தொடங்கியபோது பெருங்காற்று எங்கள் வீட்டைப் பெயர்ப்பதுபோல இருந்தது. கொல்லைப்புறத்தில் கொத்துக் கொத்தாய் மரம் தாங்காமல் காய்த்திருந்த நார்த்தமரமும் அடியோடு சாயந்துகிடந்தது. காற்றின் பயங்கரத்தை நேரில் நின்று பார்த்தோம். உத்திரத்துக்காகப் போட்டிருந்த மரத்தைப் பிடித்துத் தொங்குவதற்குத் தொடங்கினோம்.

மழை பெரிதாக இல்லை. ஆனால் காற்று விடவில்லை. கூரைவீட்டை இழந்துவிட்டால் தங்குவதற்குக்கூட இடமிருக்காது.

அப்போதும் என் நினைவெல்லாம் அந்த மூங்கில் பாலத்தின் மீதே படர்ந்தது. ஒருவழியாக ஒரு மணி நேரத்துக்குப் பிறகு காற்று கொஞ்சம் கொஞ்சமாக குறையத்தொடங்க, அப்போதுதான் பெருமூச்சு விட்டோம்.

ஆறு ஊருக்குள் உடைப்பெடுத்திருப்பதாக சப்தம். எல்லோரும் ஆற்றங்கரை நோக்கியோடுகிறார்கள். கரையோரம் இருந்த வீடுகள் மூழ்கிக்கிடந்தன. மேட்டிலிருந்து மண்வெட்டி சாக்கு மூட்டைகளை வைத்து உடைப்பைச் சரிசெய்துகொண்டிருந்தனர் ஊர் மக்கள்.

ஆற்றின் வேகம் பயமுறுத்தத் தொடங்கியது. பலர் வீடுகளைக் காலி செய்துவிட்டு, மாயூரநாதர் அபயாம்பிகை கோவிலுக்குச் சென்றுவிட்டனர்.

ஆடுமாடுகளை ஓட்டிக்கொண்டு பெண்டாட்டி பிள்ளை களோடு ஊருக்குள் பாயும் ஆற்றின் உடைப்பைக் கடந்து சென்று கொண்டிருந்தார்கள். அப்போதுதான் என் கண்ணுக்கு முன்பாகவே அந்த ஆற்றுப்பாலத்தை உடைத்து அள்ளிக்கொண்டு போனது பெருவெள்ளம்.

பெருவெள்ளத்தில் அடித்துச் செல்லப்பட்ட பாலம் கிழக்கு நோக்கி நகர்ந்து கோடங்குடி பாலத்தில் மோதிக்கிடந்தது. வெறும் பாலமாக மட்டுமே அது இருந்திருந்தால் கடந்திருப்போம். எங்களை கரைசேர்க்கும் தோணியல்லவா!

அந்தப் பாலம் வருவதற்கு முன்பாக எவ்வளவோ வலிகளைச் சுமந்திருக்கிறோம்.

மூங்கில் பாலம் வீட்டுக்கு வீடு வரி சேர்த்துக் கட்டிய பணத்தில் உருவானது. வறுமையிலும் கடன்பட்டுப் பலர் பணம் கொடுத்தார்கள் எதிர்கால சந்ததிகளின் கனவுகளுக்காக. அவ்வளவு சிரமப்பட்டோம் பள்ளிக்குச் சென்றுவர.

பள்ளிக்குப் போகவேண்டுமென்றால், காலை 8 மணிக்கெல்லம் மஞ்சளாற்றங்கரையில் நின்றுகொண்டு நதி நிலவரத்தைப் பார்த்துக் கொண்டிருப்போம். சில நேர யோசனைக்குப் பிறகு சீருடைகளைக் கழட்டி புத்தக மூட்டையில் திணித்துக்கொண்டு, ஒருகையில் புத்தகப் பையை தூக்கிப்பிடித்தபடி, அக்கரைக்கு நீந்திச் செல்வோம்.

தண்ணீர் குறைவாகச் சென்றால் பிரச்னையில்லை. வேகம் அதிகமாக இருந்தால் ஆபத்துதான். இருபது அடிக்கு முன்னே நகர்ந்து குதித்தால் தான் எதிர்கரையின் ஓரத்துக்குச் செல்ல முடியும். அந்த அளவுக்கு ஆற்றின் வேகம் எங்களை அள்ளிக்கொண்டு போகும். சில நேரம் நாணற்காடுகளைப் பிடித்து தப்பியிருக்கிறோம்.

ஆற்றில் அளவுக்கதிகமான தண்ணீர் சென்றால், வீட்டில் இருந்து அப்பாக்கள் வருவார்கள். அவர்களே தூக்கிச்சென்று எதிர்கரையில் விட்டு திரும்புவார்கள்.

தப்பித் தவறி சுழலில் மாட்டிக்கொண்டால் அவ்வளவுதான். எனக்கு சரியாக நினைவிருக்கிறது அப்பாவின் முதுகில் ஏறிக்கொண்டு நடு ஆற்றை கடக்கும்போது, அப்பாவின் தலை மூழ்கிப் போனது. கொஞ்ச நேரம் மூச்சை பிடித்துக்கொண்டு அக்கரையில் என்னை விட்டுவிட்டு, அடுத்தக்கரைக்கு திரும்பிப்போனார்.

அப்பா மூச்சுப்பிடித்து கரைசேர்த்தது அன்று மட்டுமல்ல. வாழ்க்கையில் எதிர் நீச்சல் போடவேண்டும் என்பார்களே நாங்களெல்லாம் உள் நீச்சலே போட்டிருக்கிறோம்.

அப்பா இன்னும் கொஞ்சநேரம் தண்ணீருக்குள் இருந்திருந்தால் அவ்வளவுதான் இருவருமே சேர்ந்து ஆற்றோடு அடித்துக்கொண்டு போயிருப்போம். கரையேறிவிட்ட பிறகும் கண்ணீர்த் துளிகளோடு அப்பாவை நினைத்துக்கொண்டே வறுமையில் கல்வி கற்கச் சென்று வந்தேன் அன்று.

ஆற்றுக்கு அந்தப்பக்கம் சென்றதும், துண்டை எடுத்துத் தலை துவட்டிக்கொண்டு ஓட்டமெடுப்போம் பள்ளிக்கு.

ஆற்றைக் கடந்து 4 கிலோமீட்டர் தூரம் நடந்துதான் போக வேண்டும் பள்ளிக்கூடத்திற்கு.

போகும் வழியில் டவுன் ஸ்டேஷன் வழியில் வெள்ளையன் கடையில் ஒரு ரூபாய்க்கு தேங்காய் எண்ணை பாக்கெட் வாங்கி, வறண்ட சருமங்களில் பூசிக்கொண்டு அவசரம் அவசரமாக பள்ளிக்குள் நுழைவோம். பரட்டைத் தலைக்கு அந்த எண்ணை போதாதுதான் நண்பர்கள் நான்கு பேர் அதை தேய்த்துக்கொள்வோம். ஒரு ரூபாய் கூட பாக்கெட்டில் காசிருக்காது. இதெல்லாம் நடந்தது இந்த இருபது வருடங்களுக்குள்ளேதான். அந்த வாழ்வியல் சிக்கல் கொடுமையானது.

இதனால் பெண் பிள்ளைகள் பலரும் படிப்பை நிறுத்திக் கொண்டார்கள். நேரத்துக்கு பள்ளிக்கூடம் போகவில்லை என்றால் பள்ளிக்கூடமே நம்மை வெறுக்கத் தொடங்கிவிடும். ஆசிரியர்கள் முன் அவமானப்பட்டு நிற்கக்கூடும். பள்ளியின் பிரேயர் நேரத்தில் இரும்பு கேட்டுக்கு வெளியில் நின்றபடி உடற்கல்வி ஆசிரியரிடம் அடிவாங்கிச் சாகவேண்டும். இதெல்லாம் மனக்கண்ணில் விரிந்தால் நிச்சயமாக பள்ளிக்கூடம் போகவே மனசு வராது.

மழை நாளில் பெரும் உயிர்வலியோடு சென்றுவருவோம். திடீரென மழை வந்தால் ஒண்டிக்கொள்ளக்கூட இடமிருக்காது. ஆங்கொரு பெரிய ஆலமரம் இருக்கிறது அங்கே ஒண்டியிருக்கலாம்தான். ஆயினும் இடி வந்து விழுந்துவிடும் என்ற பயம் பின்னிக்கிடக்கும்.

இடி தாக்கி ஒரு முறை அதன் இரண்டு கிளைகள் எரிந்து கொண்டிருந்ததைக் கண்கூடாகப் பார்த்திருக்கிறோம்.

மண் சாலை என்பதால் சேறோடு சேர்ந்து செருப்பெல்லாம் ஷூ போல மாறிவிடும். எங்கள் அனைவருக்கும் இருந்த ஒரே கனவு அங்கே ஒரு மூங்கில் மரப்பாலம் அமைத்துக்கொடுத்தால் போதும் என்பதாகத் தான் இருந்தது.

ஆற்றைக் கடக்காமலும் பள்ளிக்கூடம் போகலாம்தான். ஆனால், அதற்கும் இரண்டு கிலோமீட்டர் நடந்து சென்று பேருந்தில் ஏறிச் செல்ல வேண்டும்.

பேருந்துக்கு 2 ரூபாய் கட்டணம் கொடுத்துச் செல்வதற்கு வசதியில்லை. அப்படியே காசு இருந்தாலும் அரசு பேருந்துகள் ஒன்றிரண்டு மட்டுமே மஞ்சளாறு பேருந்து நிறுத்தத்தில் நின்று செல்லும். நிற்காமல் போகும்போது, பள்ளிக்கூடம் போக முடியாமல் பலமுறை வீட்டுக்கே திரும்பி வந்துவிடுவோம்.

ஒருமுறை தேர்வுக்குச் செல்ல வேண்டும் என்பதற்காக மஞ்சளாறு பேருந்து நிறுத்தத்திற்குச் சென்றோம். ஒரு பேருந்துகூட நிற்கவில்லை. நேரம் ஆகஆக பயம் பற்றிக்கொண்டது. ஆற்றையாவது நீந்திச் சென்றிருக்கலாமே என்று நினைத்தோம். கடைசியாக ஒரு பேருந்தை எதிர் நோக்கிக் காத்திருந்தபோது அதுவும் எங்களை ஏமாற்றிவிட்டுப் போனது.

ஆத்திரத்தில் நிற்காமல் சென்ற பேருந்தின் கண்ணாடிகளை அடித்து நொறுக்கினோம். அதற்கு அபராதமும் கட்டினோம் என்பதெல்லாம் பெருங்கதை.

ஒரு பாலம் இல்லாமல் நாங்கள் பட்ட துயரங்கள் ஏராளம். அதையெல்லாம் கடந்து வந்த பிறகும் அதுகுறித்த வலி உள்ளுக்குள் உறைந்து கிடக்கிறது.

எதற்கெடுத்தாலும் அந்தக் காலத்தில் நாங்கெல்லாம் என்று ஆரம்பிக்கும் அப்பாக்களின் வார்த்தைகளைக் காதுகொடுத்துக் கேட்பதே இல்லை பிள்ளைகள். கேட்டாலும் அதெல்லாம் உங்க காலம் என புறந்தள்ளிவிட்டுப் போய்விடுகிறார்கள். அப்படியான பிள்ளைகள் வளர்ந்து ஆளாகி அவன் தந்தையாகும்போதுதான், தனது தந்தையின் வலியை உணர்கிறான்.

வாழ்வியல் நிறையவே மாறியிருக்கிறது. நமது அப்பன் பாட்டன் முப்பாட்டன், பூட்டன் உறவு வழி பாலத்தையும் நமக்கே தெரியாமல் நாமே தொலைத்திருக்கிறோம். எல்லாவற்றையும் விட பெரிய பாலமாய் இருப்பது உறவுப் பாலம்தான்.

பாலங்கள் வெறும் பாலங்களாக இருப்பதில்லை. அது பயணங்களாக இருந்திருக்கின்றன.

○

மீன் ராசி

4

மெல்லிய தூறல் விழுகிறது குளத்தில். மீசையோடு படித்துறை அருகே படுத்துக் கிடக்கிறது ஒரு கெளுத்தி மீன். கருமேகங்கள் அடர்ந்து குழைகின்றன. ஓதியங்கிளையில் அமர்ந்தபடி கூர்ந்து குளத்தையே கவனித்துக்கொண்டிருக்கிறது ஒரு மீன்கொத்தி.

தாமரை இலையின் மீது துள்ளிக் குதிக்கின்றன சில கெண்டைகள். பெருமீனொன்றின் வால் மோதி அலறுகிறது குளம்.

கானாங்கோழிகள் மூழ்கியபடி அங்கு மிங்குமாய் அலைகின்றன.

எங்கோ பெய்யும் பெருமழையின் வாசனையை கடத்தி வருகிறது மண்.

அல்லிச்செடி அடர்ந்த இடத்திற்குத் தூண்டிலோடு வருகிறார் மாயாண்டி. இருட்டுவதற்கு இன்னும் சிலமணி நேரமே இருக்கிறது.

மண்புழுவைத் தூண்டிலில் கோர்த்து வீசியதும் தக்கையின் தாளத்தில் அடுத்தடுத்து அள்ளிக்கொண்டே இருந்தார் பெருமீன்களை.

துள்ளும் மீன்களை கையில் வைத்திருந்த கோரையில் கோர்ப்பதற்குள் அடுத்த மீன்.

அடுத்த சில நிமிடங்களில் அவர் அருகே அமர்ந்து இன்னொரு தூண்டில் வீசுகிறான் ராமு. ஆனாலும் அவனுக்கு அகப்படவில்லை.

மாயாண்டிக்கு மீன் ராசி. அவருக்கு எங்கே மீன் கிடைக்கும் எப்படி பிடிக்க வேண்டும் என்பதும் தெரிந்திருந்தது. ஆனால் ராமுவுக்கோ வயிற்றெரிச்சல். மாயாண்டி தூண்டிலுக்கு அருகேயே அவன் அமர்ந்திருந்தும் மீன்கள் அகப்படவில்லை.

தூறல் சற்று பலமாகவே விழத்தொடங்கியது. சப்தமிட்டு அது பேசத்தொடங்கியது. நனைவதைப் பற்றியெல்லாம் கவலை கொள்ளவில்லை மாயாண்டி. அடுத்தடுத்து மீன்களை கரையேற்றியபடி இருந்தார்.

இருள் முளைக்க இன்னும் சில மணித்துளிகள்தான் இருந்தன. இனிமேலும் அந்தக் காட்டிற்கு அருகில் அமர்ந்து மீன் பிடிப்பது முறையல்ல என்று கரையை நோக்கி எழுந்து நடந்தார் மாயாண்டி.

மாயாண்டி எழுந்துபோனதும் அவர் தூண்டில் இருந்த அதே இடத்திற்குத் தாவுகிறான் ராமு. அங்கேயும் மீன்கொத்தவில்லை.

மாயாண்டியின் கையில் மீன்கள் இருந்தாலும் அவர் மனசெல்லாம் வீட்டில் அரிசியில்லை என்பதை நினைத்தே அகம் நொந்தார். கம்மங்கூழும் மீனும் அவர் நினைவில் மிதக்க, தூண்டிலோடு கரைப்பக்கம் நகர்ந்தார்.

"என்ன மாயாண்டி இங்கதான் இருக்கியா வீட்ல உறவினர்கள் வந்திருக்காங்க நாட்டு மீனு வேணுமாம் உன்னைத்தேடித்தான் வந்தேன், இங்கே கொடு அந்த மீனை" என்றபடி அவர் கையில் இருந்த மீனை வாங்கிக்கொண்டு, ராத்திரி வீட்டுக்கு வா, உனக்கும் சாப்பாடு செய்யச் சொல்றேன் என்றபடி புல்லட்டில் பறந்தார் ஊர் தலைவர் பாண்டியன்.

கைக்கு எட்டியது வாய்க்கு எட்டவில்லை என்ற விரக்தி பற்றிக்கொண்டது மாயாண்டிக்கு.

இதையெல்லாம் பார்த்துக்கொண்டிருந்த ராமுவுக்கோ மகிழ்ச்சி. மீன்கள் கிடைக்காத வயிற்றெரிச்சல்.

பசியோடு இருக்கும் மனைவிக்கு என்ன பதில் சொல்வதென்று தெரியாமல் விக்கித்து நின்றார் மாயாண்டி. ரேஷன் கடையும் ஒருவாரமாகத் திறக்கவில்லை. வீட்டில் அரிசி பருப்புகள் எதுவு மில்லை.

மழையின் ஓலத்தைவிட பெரிய சப்தம் அவர் வயிற்றில் கேட்கிறது.

மீன்வருமென காத்திருந்த மனைவிக்கு ஊர் தலைவர் கதையைச் சொல்கிறார். அவர் வீட்டிலிருந்து சாப்பாடு வருமென்று நம்பிக்கையைத் தருகிறார்.

அதுவரை மெதுவாக பெய்த மழை வெளுத்து வாங்க தொடங்கியது.

இரவு சரியாக 9.30 மணியிருக்கும், வீதியில்லாத வீதியில் விதியை நினைத்துக்கொண்டு நடந்தார் மாயாண்டி. சாக்குப் பையை எடுத்து தலையில் போட்டுக்கொண்டு, ஊர் தலைவர் வீட்டுக்கு வாளியோடு போகிறார்.

''வாடா எப்ப வரச்சொன்னேன், எப்ப வர்ற நீ? சரி சரி கொல்லைப்பக்கம் வா'' என்று வெறும் குழம்பை வழித்து ஊற்றுகிறார் ஊர்த்தலைவரின் மனைவி செல்லம்மாள்.

''சாப்பாடு மீறலடா மாயாண்டி, ஆட்கள் அதிகம் வந்துட்டதால சாப்பாடு மட்டும் எடுத்து வைக்க முடியல, குழம்பு மட்டும்தான் மிஞ்சியது'' என்று சொல்லிவிட்டு வாளியை அவரிடம் கொடுக்கிறார்.

பசியின் சப்தம் ஏற்கெனவே மாயாண்டியைத் தின்றுத் தீர்த்துவிட, மீன்கள் இல்லாத குழம்பை வீட்டுக்கு எடுத்துச் செல்கிறார்.

சமைக்காமல் காத்திருக்கும் மாயாண்டியின் மனைவிக்கு, மீன்குழம்பைப் பார்த்தவுடன் பசி உயிரைக் கிள்ளியது.

சொல்லமுடியாத துக்கத்தில் தூங்குவதற்காக சென்றார்கள் அதிகாலையில்.

தூங்காமல் விழித்துக்கிடந்த இரவில் பழைய சோற்றுக்கு ஏங்க வைக்கும் பாழாய்ப் போன மீன்குழம்பின் வாசனை வீட்டையே மணக்கச் செய்கிறது.

ஆனாலும் வயிறுமுட்ட கிடந்தது என்னவோ பசிதான் மாயாண்டிக்கு.

மாயாண்டிக்கு மீன் ராசி. அவர் தூண்டிலை எடுத்துக்கொண்டு போனால் பெருமீன்களோடுதான் வருவார். ஆனால் கடைசிவரை வறுமையின் பிடியில்தான் இருந்தார்.

சிலருக்கு சில ராசிகள் இருந்துமென்ன செய்ய, பணராசி மட்டும்தானே வாழ்க்கையை தீர்மானிக்கிறது.

எனக்கெல்லாம் எந்த ராசியும் இல்லை என்று அடிக்கடி நொந்து கொண்டதுண்டு. அவ்வளவு சீக்கிரம் எதுவுமே கிடைக்காது.

நினைத்ததை நினைத்த மாத்திரத்தில் வாங்க முடியாது. அப்படியே வாங்கச் சென்றாலும் கடையில் அந்த பொருள் இருக்காது. சிலருக்கு மிக எளிதாகக் கிடைப்பதெல்லாம் எனக்குப் போராட்டத்தின் இறுதியில்தான் கிடைத்திருக்கின்றன.

போராடி போராடி தோற்கும் தருவாயில் ராசி நமக்கு என்ன கொடுத்தது அப்படியென்ன நேரத்துலடா பொறந்தன்னு கேட்கும் அளவுக்கு பல இழுபறிகள் இருந்துகொண்டே இருக்கும்.

தேனெடுப்பவன் விரல் மட்டுமே சூப்புகிறான். தேன் குடிப்பவன் எவனோ அது உண்மைதான். அப்படியான பல சம்பவங்களைக் கடந்து வந்திருக்கிறேன்.

ஒரு மிகப்பெரிய தனியார் செய்தி ஊடகத்தில் மூத்த நிகழ்ச்சி இயக்குனராக இருந்தேன். கிரைம் நிகழ்ச்சிகள், தேர்தல் காலங்களில் வரும் சிறப்பு நிகழ்ச்சிகள், இரண்டு சட்டமன்றத் தேர்தல்கள், இரண்டு நாடாளுமன்றத் தேர்தல்கள், வாரந்தோறும் ஆவணப் படங்கள், இரண்டு மூன்று வருடங்கள் நிகழ்ச்சிக்கான முன்னோட்டம் எழுதிகொடுத்திருக்கிறேன். நானே எழுதி, நானே இயக்கி, எனது குரலிலேயே பல நிகழ்ச்சிகளை வழங்கியிருக்கிறேன். இரவு பகல் பார்க்காமல் பலமணி நேரம் உழைப்பேன். இரவு 10 மணிக்கு நைட் ஷிப்டுக்கு வருபவர்கள் காலையிலும் என்னை அலுவலகத்தில் பார்ப்பார்கள் இரவிலும் பார்ப்பார்கள். ஒரு பெட்ஷீட்டும் தலையணையும் இருந்தால் கொண்டுவந்துவிடு என்று நண்பர்கள் கேலி செய்யும் அளவுக்கு வேலையில் போதையாகக் கிடந்தேன்.

ஆனாலும் எனக்குப் பின்னே வந்தவர்களுக்கே வாய்ப்புகள் வழங்கப்பட்டன.

ராசியில்லாதா ராஜாக்களின் பட்டியலைத் தயாரித்தால் அதில் முதல் பெயராக என்னையும் சேர்த்துக்கொள்ளுங்கள் என்பேன்.

ஒரு அழகான பழமொழி சொல்வார்களே, எதிர்பார்க்கும்போது கிடைக்காத வெற்றி எத்தனை முறை கிடைத்தாலும் அது தோல்விதான் என்ற ஹிட்லரின் வரிகள்தான் நினைவுக்கு வருகின்றன.

தகுதியில்லாதவருக்கு ராசியில்லாமலா பதவியும் புகழும் தேடிவருகிறது.?

பிச்சை எடுப்பவரை அதே கோவில் வாசலில்தான் கடைசி வரை உட்கார வைத்திருக்கிறது சாமி.

அலகு குத்திக்கொண்டு ஆண்டு தோறும் முந்தைய வேண்டுதல்களோடே செல்கிறாள் ராமாயி. ஆனால் கோவில் வாசலில் செருப்பு கடை வைத்திருந்த முனியன் கோடீஸ்வரன் ஆகி விட்டான்.

இதெல்லாம் எந்த ராசியில் வருமென்று தெரியவில்லை. உழைத்துக்கொண்டே இருப்பவன் ராசியை நம்புவதில்லை. உழைக்காமலிருப்பவன் ராசியை தவிர வேறெதையும் நம்ப மறுக்கின்றான். அவனுக்கு என்றேனும் ஒருநாள் ராசியாய் அமைந்துவிடுகிறது எல்லாம்.

ராசியைப் பொய் என்று சொல்லிவிட முடியாது. எங்கள் ஊரில் ராமமூர்த்தி என்றொரு மருத்துவர் இருக்கிறார். மிகவும் கைராசி மருத்துவர். அவரது கிளினிக்கில் கால் எடுத்து வைத்துவிட்டு வந்தாலே, காய்ச்சலெல்லாம் பறந்து போகும் அந்த அளவுக்கு ராசியான மருத்துவர்.

உண்மையாகவே ராசியில்லாமல் இதெல்லாம் நடக்க முடியுமா என்ன? ஒருமுறை எனது கணினிக்கு உயிரே வரவில்லை. எவ்வளவோ முயற்சி செய்கிறேன் ஆனாலும் நடக்கவில்லை.

சில நாட்கள் கழித்து அதை மீண்டும் ஆன் செய்து பார்க்கும் போதும் ஆன் செய்ய முடியவில்லை. அந்த நேரம் பார்த்து எனது நண்பர் சுரேஷ் என்பவர் வீட்டுக்கு வந்தார். அவரிடம் நிலைமையைச் சொன்னேன். பிறகு அவர் எனது கணினியை வாங்கி அதே பட்டனை அழுத்தினார் உடனே ஆன் ஆகி வேலை செய்யத் தொடங்கியது.

இந்த லட்சனத்தில்தான் இருந்தது என்னுடைய ராசியெல்லாம்.

சிறுவயதில் சாலையில் காசு கிடைத்தால் அதைவிட பேரின்பம் எதுவும் இருக்க முடியாது. என் நண்பர் ஒருவருக்கு அடிக்கடி கண்களில் காசு தென்படும்.

சாலையில் சில நேரம் தங்கச் சங்கிலியைக்கூட எடுத்துவிடுவார். ஆனால் ஒரு ஈய்யம் பித்தளை காசைக்கூட நான் கண்டது இல்லை.

ராசியில்லாமலா மாயாண்டிக்கு மீன் கிடைக்கிறது. மீன் கிடைத்து மென்ன, அதைத் தின்னும் ராசி ஊர் தலைவருக்குத்தானே இருந்தது!

காற்றாடி மயக்கம்!

5

நெடுங்கோடையொன்றில் நண்டு பொந்தின் மேலே ஓர் வயல் நண்டின் உயிரற்ற உடற்கூட்டைப் பார்த்தேன். அது உயிரோடு இருப்பது போலவே கிடந்தது. ஆனாலும் பழுப்பு நிறமேறிய அந்த நண்டின் சாயம் கடும் வெயிலில் வெளுத்திருந்தது.

வயல்வெளியில் திறந்து கிடப்பது மடை மட்டுமல்ல எங்கள் விவசாயிகளின் மண்டை ஓடுகளும்தான் என முன்பொருநாள் நான் எழுதிய கவிதையே நினைவில் மிதக்க, காவிரியில் தண்ணீர் வருமென காத்திருந்து காத்திருந்து செத்துப்போயிருந்த அந்த நண்டின் கூட்டைப் பார்த்து வெதும்பினேன்.

நீண்ட நாட்களாக வெயிலில் கிடந்தால் மட்டுமே அதன் நிறம் அப்படியாக மாறியிருக்க முடியும். எறும்புகள் அதன் கூட்டின் கொழுப்பைத் தின்றுவிட்டு வெறும் கூட்டை மட்டுமே மிச்சம் வைத்திருந்தன.

கூட்டை விட்டு வெளியேறுவது போல கிடந்த, அந்த வயல் நண்டின் கடைசி அத்தியாயம் எப்போது முடிந்திருக்குமெனத் தெரியவில்லை. தண்ணீரின்றி தாகத்தோடு தவித்து, கோடை வெப்பத்தைத் தாங்க முடியாமல் துடிதுடித்து இறந்திருக்குமோ, இல்லை கொஞ்சம் கொஞ்சமாக உயிரறுந்து போயிருக்குமோ!

பனிக்காலத்தில் ஈரத்தை வைத்துதான் சிலகாலம் அது வாழ்ந்திருக்க முடியும். அதன் பிறகான அக்னி வெயிலின்போதுதான், அதன் உயிர் பிரிந்திருக்கும். எதிர்பார்த்துக் காத்துக்கிடந்த கோடை மழையும் பொய்யானபோது, அய்யோ அது என்ன பாடுபட்டிருக்கும்.

வயிற்றில் சினை முட்டைகளோடு காத்திருந்த நண்டாகவே தெரிகிறது. குஞ்சுகள் பொறித்து தன் இனத்தைப் பெருக்கிவிட்ட பிறகு, அடுத்தக் கோடையில் உயிர்போனாலும் பரவாயில்லை என்றல்லவா அது நினைத்திருக்கும்.

நிறமிழந்த நண்டின் கூட்டை கையில் எடுத்ததில் எவ்வளவு கேள்விகள். கூட்டை இழந்த நண்டின் கூட்டில் என்னென்ன இருக்குமென துழாவிப் பார்க்க நினைத்தேன்.

ஒன்றரை அடி ஆழத்தில் இருக்கும் அதன் கடைசிப் புள்ளியைப் பார்க்க வேண்டும். ஒளி ஊடுருவ முடியாத அந்த நண்டின் வளை வெடித்துக்கிடக்கிறது. அதன் உள்ளே தண்ணீரின்றி அது சப்தமிட்டக் குரல் எதிரொலிக்கிறதா என்று கேட்டுப்பார்த்தேன் கேட்கவில்லை.

போன மழையில் ஈரத்தோடு அது நடந்து வந்த கால் தடம் மட்டும் தெரிகிறது. மீன் முள்ளைப் போல் ஒன்று கிடக்கிறது, அது போன குறுவை சாகுபடியின் போது நண்டிற்கு கிடைத்த மீன் உணவாக இருக்கலாம்.

நண்டின் உயிரறுந்த கதையை வெவ்வேறு மாதிரியாக எழுதியிருந்தது பாலம் பாலமாக வெடித்துக்கிடந்த கோடை.

ஒரே நாளில் செத்துப் போவதென்பது வேறு, கொஞ்சம் கொஞ்சமாகச் செத்துத் தொலைவது வலி. அந்தக் கோரத்தை எப்படி விவரிப்பது!

நண்டைப் பற்றி கவலைப்படுவதால் நான் சைவம் அல்ல.

நாட்டு நண்டின் கால்களைக் கடித்து மென்ற சுவை இன்னும் என் நாவில் ஒட்டியிருக்கிறது.

வயல்வெளி வரப்புகளில் வரிசையாக நண்டுகள் கூடு கட்டியிருப்பதை பார்த்திருக்கிறீர்களா?

புது மணல் குழைத்து முகப்பு கட்டி, கிட்டத்தட்ட ஒன்றரை அடி ஆழம் கொண்ட அந்த பொந்துக்குள் கோடை வெயிலிலும் குளிர்ச்சியாக வசிக்கின்றன நண்டுகள்.

அவை மழைக்காக நெடுங்கோடையை கடக்கின்றன. இரவுகளில் மட்டும் வளையைவிட்டு வெளியில் வரும் நண்டுகள், பனையோலை காற்றாடி சப்தத்திற்கு மயங்கிக்கிடப்பதை பார்க்கும்போதெல்லாம் நண்டின் வாழ்க்கையைப் பற்றி ஆராயத்தொடங்குவேன்.

மகேந்திரன் மாமாவுக்கு வயல் நண்டுகளைப் பிடிப்பதென்றால் அவ்வளவு பிடிக்கும். அவர் வைக்கும் காற்றாடியின் சப்தம் கேட்டு பொந்துகளை விட்டே நண்டுகள் வெளியில் வந்து மயக்கம் கொண்டு கிடக்கும்.

போதை தலைக்கேறி நிற்கும் நண்டுகளின் கால்களில் கிளுக்கியின் பின்புறமுள்ள கயிற்று சுறுக்கில் மாட்டி, அவற்றை துரட்டிக்குச்சியின் வழியாக லாகவமாக மேலே இழுப்பதில் இருக்கிறது குழம்பின் ருசி.

கையில் இருக்கும் துரட்டிக்குச்சியை எடுத்து குத்தினாலும் உள்ளே போகாமல் எதிர்த்து நிற்கும் செம்மஞ்சள் நிற நண்டுகள் அழகானவை.

மழைவருவதாக நினைத்தோ, தண்ணீர் வருமென்று காத்திருந்தோ அந்த நண்டுகள் காற்றாடி சப்தம் கேட்டு பொந்துகளை விட்டு வெளியில் வந்து எட்டிப்பார்க்கும். ஒரே நேரத்தில் அருகருகே ஐந்தாறு வளைகளிலும் அணிவகுத்து நிற்கும் வயல் நண்டுகளில் எதை முன்னே பிடிப்பது எதை பின்னே பிடிப்பது என்ற குழப்பம் வரும்.

பத்து பொந்துகள் இருந்தால் அங்கே ஓர் காற்றாடி நட்டு வைக்கும் போது, நிச்சயமாக 8 பொந்துகளில் இருந்து நண்டுகள் வாசலில் வந்து நிற்கும்.

ஒரு நண்டு வளையின் முகப்பிலும், இன்னொன்று பார்க்கும் தூரத்திலும், சில நண்டுகள் வளைகளை விட்டு வெளியிலும் வந்தும் கிடக்கும்.

அவற்றை சப்தமிடாமல் லாகவமாகப் பிடிப்பதிலும் இருக்கிறது பொறுமைக்கான விருந்து. அதில் கை தேர்ந்தவராக இருந்தார் மகேந்திரன் மாமா. இன்று அவர் ஒரு கல்லூரியில் பேராசிரியராக இருக்கிறார்.

கோடைக்காற்று மோதும் அந்திகளில் ஊருக்கு வெளியில் இருக்கிற வயல் வெளிகளில் நின்றுகொண்டு, யாருமற்ற தனிமையின் நிசப்தத்தில், நண்டுபிடிப்பதை வெகுவாக ரசித்திருக்கிறேன்.

அது கிராமத்து வாழ்வியலின் ஓர் அங்கமும் கூட. வயலில் புது தண்ணீர் பாயும் போது நண்டு பொந்துகளில் நுரை முட்டிக்கிடக்கும், அப்போதெல்லாம் மூடிபோட்ட வாளியை எடுத்துக்கொண்டு நண்டு பிடிக்க வயல்வெளிகளுக்குக் கிளம்பிவிடுவார்கள் கிராமத்தினர்.

கையை வளைக்குள் விட்டு சேற்றோடு நண்டை வாரிக்கொண்டு வருவார்கள். வேறேதும் குழம்பு வைக்க வசதியும் இருக்காது அப்போதெல்லாம். ஒரு கீரைத்தண்டும் நண்டும் இருந்தால் அதுவே சொர்க்கமாகத் தெரியும்.

நாட்டு நண்டின் ருசி பழகிவிட்டால் நீங்களும் கிளுக்கியை எடுத்துக்கொண்டு வயல்வெளிக்கு கிளம்பினாலும் ஆச்சர்யப்படுவதற்கு இல்லை.

நாற்று நட்ட வயல்களில் ஆளுயர கதிர் வளரும்போது அங்கிருந்து கிடைக்கும் நண்டின் சுவையும், கோடைகால நண்டின் சுவையும் மாறுபடும்.

காற்றாடி வைக்கும்போது அருகருகே இருக்கும் அத்தனை பொந்துகளிலும் நண்டுகள் தானாகவே வந்து நிற்பதை பார்க்க முடியும். ஆனால், காற்றாடி இல்லாதபோது கிளுக்கியை பயன்படுத்தியே நண்டு பிடிப்பார்கள்.

சிறு சிறு நத்தைக்கூடுகளை எடுத்து துளையிட்டு அதை கட்டுக் கம்பியில் பொறுத்தி, குண்டு பல்பு வடிவத்தில் வடிவமைத்து, ஐந்தடி மூங்கில் குச்சியில் அதை கட்டினால் கிளுக்கி தயாராகிவிடும். அதைத் தான் நண்டுப் பொந்துக்களின் மேலே வைத்து மெதுவாக அசைத்தபடி இருந்தால் அந்த சப்தம் கேட்டு மழை வருவதாக கருதி, கூட்டின் அடியாழத்திலிருந்து நண்டுகள் மேலே வந்து பார்க்கும்.

முன்னங்கால் அல்லது பின்னங்காலை நீட்டியபடி நிற்கும் நாட்டு வயல் நண்டுகளின் பார்வையில் பயமும் தைரியமும் சேர்ந்தே ஒளிந்திருக்கும். நம்மைப் பார்த்ததுமே மின்னல் வேகத்தில் ஓடி ஒளியும் கடல் நண்டுகளைப் போல இல்லை நாட்டு நண்டுகள்.

கிறக்கம் கொள்ளும் பனையோலை காற்றாடியின் இசை நம்மையும் மயங்க செய்யும்.

பனையோலைகளைக் கிழித்துக் காயவைத்து, அதைச் சரியாக நறுக்கி, ஒன்றை மற்றொன்றின் நடுவில் வைத்துத் தைத்து, ஒரு காட்டாமணுக்கு குச்சியில் வரிசையாக நான்கு காற்றாடிகளையும் கட்டி சுற்றும்போது அப்பா, அது ராக தேவனின் இசையைப் போலவே காதுகடிக்கும்.

நன்னீர் நண்டுகளின் சுவையில் அம்மிக்கல்லின் ஆராதனை ஒட்டியிருக்கும். காற்றாடிகளின் தாளமிருக்கும்.

கோடை வயல் நண்டுகளைப் பிடித்துவந்து அதில் தண்ணீர் ஊற்றிவைத்தால் வயிறுமுட்ட தண்ணீர் குடித்து நீந்திக்கிடக்கும். வாளியிலிருந்து மேலே ஏறுவதற்கு முயற்சிக்கும் அப்போது மற்றொரு நண்டு அதன் கால்களைப் பிடித்து இழுக்கும்.

கிராமங்களில் இன்னமும் ஒரு நம்பிக்கை இருக்கிறது. ஏதேனும் ஒரு வயல் நண்டு இரவு நேரங்களில் தானாக வீடு தேடி வந்துவிட்டால் அதிர்ஷ்டம் என்பார்கள்.

அதிர்ஷ்டம் வந்ததோ இல்லையோ, வீடுதேடி வரும் அந்த ஒற்றை வயல் நண்டை மட்டும் உயிரோடு விட்டுவிடுவார்கள்.

மற்றபடி பிடித்துவரும் அத்தனை நண்டுகளும் குழம்பில் கொதிக்கும்.

காற்றாடிய நண்டுகள், காற்றாடியின் மயக்கத்தில் கறியாகும். வயல்வெளி நண்டுகளை இன்றைக்கும் ஊருக்குப் போனால் பிடித்துவரச் சொல்லுவேன்.

அம்மிக்கல்லில் அரைத்த மிளகாயோடு, காரமாக அம்மா வைக்கும் குழம்பை விட பெரிய சுவையை வேறெங்கும் பார்க்கவே முடியாது.

மாலை மங்கும் வேளைகளில் இருளில் டார்ச் லைட் எடுத்துக் கொண்டு வயல்களில் நண்டுபிடிக்கப் போவார்கள் கிராமத்தினர். அப்போதுதான் வளைகளில் இருந்து எளிதாக நண்டுகள் வெளியில் வருகின்றன.

நண்டு கொழுத்தால் வளை தங்காது என்ற பழமொழி இருக்கிறதே அதுபோலத்தான்.

ஏனோ தெரியவில்லை இப்போதெல்லாம் நாட்டு நண்டில் கால் கடிக்கும் போதெல்லாம் கூடாகக் கிடந்த அந்தப் பழைய நண்டின் ஞாபகங்களே துரத்துகின்றன.

◯

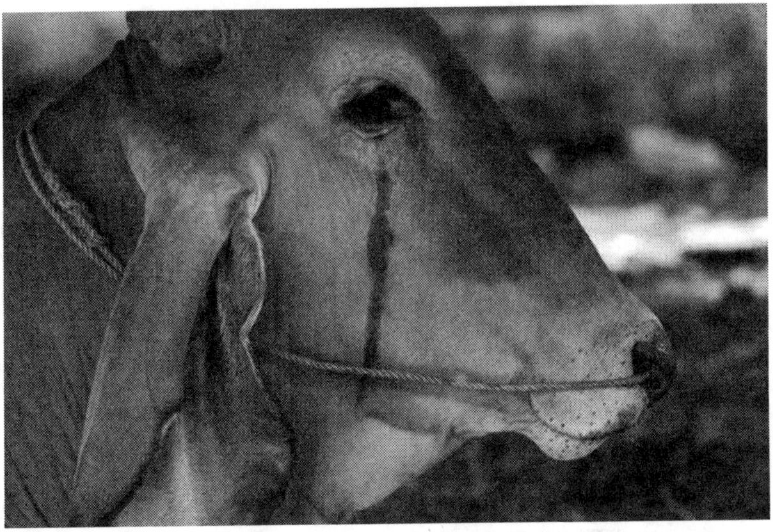

கிடேரி

6

விடிந்தும் விடியாமலும் கிடந்த கோடை அது. அதிகாலையிலேயே எழுந்துவிட்ட அம்மா, தூரமாய் மாமா வீட்டு வயலில் கிடைக்கட்டிக் கிடந்த மாட்டுக் கூட்டத்தைக் கண்டு, அவசரம் அவசரமாய் ஓடிவந்து எனை எழுப்பினார்.

"டேய் தம்பி, நம்ம வீட்டுக் கிடேரி வந்திருக்குடா எழுந்திரு எழுந்திரு!"

"எங்கம்மா இருக்கு. மாமா வீட்டு வயல்ல கட்டிக்கிடக்குடா!"

தூக்கமெல்லாம் எங்கே போனதென்று தெரியவில்லை.

"நம்ம கிடேரி இருக்கா அது வேறொரு கிடை கூட்டமான்னு பார்த்துட்டு வா" என்றதுமே "சரிம்மா" என்றபடி பறந்தேன்.

அப்போதுதான் பொழுது புலர்ந்து கதிர் விரியத் தொடங்கியிருந்தது.

கொ.அன்புகுமார் | 45

காற்றைக்கிழித்துக்கொண்டு காலணி இல்லாமல் ஓடினேன்.

கோடையென்பதால் வெடித்துக்கிடந்த வயல்வெளியில் வரப்பு தடுக்கி விழுந்தேன். ஆனாலும் எங்கள் கிடேரியைப் பார்க்கும் ஆவலில் மீண்டும் எழுந்து ஓடினேன். அந்தக் கோடைப் பொழுது அப்படியொரு ஆனந்தமாய் விடியுமென நினைத்திருக்கவில்லை.

கருக்கலில் ஓய்ந்துகிடந்த கிடைமாடுகளின் கூட்டத்தில் எங்கள் வெள்ளைக்கன்றுவைத் தேடினேன். வரப்பின் மீது அந்த இடையன் தூங்கிக்கொண்டிருப்பதைப் பார்த்தவுடன் பெருமகிழ்ச்சி தொற்றிக்கொண்டது எனை.

உறக்கத்தை அனுசரித்து சில மாடுகளும், காய்ந்த வைக்கோலை கவ்விக்கொண்டு சில மாடுகளும் அசைபோட்டுக்கொண்டிருந்தன.

கிட்டத்தட்ட ஒருவருடம் கழித்து அவளைப் பார்க்கச் சென்றேன். அவள் கண்களின் உயிர்ப்பை அறிந்தவனாய், ஒவ்வொரு மாடாய் பார்த்துக்கொண்டே நகர்ந்தேன்.

சாம்பல் நிறமண்டிக்கிடந்த எங்கள் கன்றுக்குட்டி எனைப் பார்த்ததும் படுக்கையிலிருந்து எழுந்து நின்றாள்.

சற்றுப் பெரியவளாக அவளைப் பார்த்ததும் திகைத்துப் போனேன். என்னையே அவள் வெறித்துப் பார்த்துவிட்டு, அருகே ஓடி வந்தாள். என் உடம்பெல்லாம் சிலிர்க்கத்தொடங்கிவிட்டது.

அவள் முகத்தோடு முகம் வைத்துக் கொஞ்சத் தொடங்கினேன்.

அவளது கண்களில் ஏனோ கண்ணீர்.

இன்னும் கொஞ்சநேரத்திற்குப் பிறகு அங்கிருந்த கிடை மாடுகளோடு எங்கள் கிடேரியையும் வேறொரு பகுதிக்குக் கூட்டிச் சென்று விடுவார்கள் என்ற நினைவு வந்துபோனது. மின்னல் வேகத்தில் வீட்டுக்கே பறந்தேன்.

"அம்மா, அது நம்ம கிடேரிதாம்மா, அவள் பெருசாகிட்டாள்மா, கலரும் மாறிடுச்சு" என்று சொல்கிறேன் அம்மாவுக்கு மகிழ்ச்சி. கடைக்குச் சென்றுவிட்டு வீடு திரும்பிய அப்பாவிடமும் நடந்ததைச் சொன்னேன். கிடேரியை நாம வீட்டுக்குக் கூட்டிட்டு வந்திடலாம்ப்பா என்று அழுதேன்.

அப்பாவுக்கும் ஆசைதான். மாமரத்து மேடையில் ஏறி நின்றபடி கிடைமாட்டுக் கூட்டத்தை இருவரும் சேர்ந்தே பார்த்தோம்.

இன்னும் கொஞ்சநாள் அங்கேயே இருக்கட்டும், கோடை முடிந்து வயல்ல தண்ணீர் வந்ததும் அவங்களே வீட்டுக்குக் கூட்டி வந்து விட்ருவாங்க என்றார் அப்பா. ஆனாலும், நான் விடவே இல்லை அழுதேன்.

அப்பாவுக்கும் அவளைப் பார்க்க வேண்டும் போலிருந்தது. இருவரும் வயலுக்குச் சென்று அவளைக் கிடைக் கூட்டத்திலிருந்து மீட்டு வந்தோம்.

இது நடந்து கிட்டத்தட்ட 20 வருடங்களுக்கு மேலாகிவிட்டன. ஆனாலும் அந்த நினைவுகள் பசுமரத்தாணியைப் போல இருக்கிறது நெஞ்சுக்குள்.

அந்த வெள்ளைக் கன்றின் தாய்ப் பசுவை நானும், என் அம்மாவின் தந்தை கலியபெருமாள் தாத்தாவும் எங்கள் ஊரில் இருந்து 25 கிலோ மீட்டருக்கு அப்பால் இருக்கிற தாத்தாவின் ஊரான திருக்கடையூரில் இருந்து மஞ்சளாற்றங்கரை வழியாக நடந்தே ஒட்டி வந்தோம்.

சின்ன தாய் மாமன் இளஞ்செழியனும் நானும் சண்டை போட்டுக் கொண்டே மூவரும் அதன் தாய்ப் பசுவோடு ஒரு கன்றுக்குட்டியைக் கொண்டு வந்தோம். அவள்தான் எங்கள் கிடேரி.

கோடை விடுமுறைக்கு மாமா வீட்டுக்குச் செல்லும் போதெல்லாம் அந்தத் தாய்ப் பசுவை வாய்க்காலோரம் கயிறுகட்டி மேய்ச்சலுக்கு விட்டு வருவேன். வெயில் முளைக்கத் தொடங்கியதும் பானையில் தண்ணீர் எடுத்துக்கொண்டு அதற்கு வைத்துவிட்டு வருவேன். அதன் பின்னர் வெயில் ஆக ஆக கன்றுக்குட்டியை வீட்டுக்குக் கொண்டு வந்து மரநிழலில் கட்டிப்போடுவேன்.

ஒவ்வொரு கோடைக்கும் அம்மாவின் அம்மா சரோஜா பாட்டியின் வீட்டுக்குப் போனால் ஒரு சுற்று உடம்பு ஏறிவருவேன். கண்ணு காது மூக்கு ஒட்டிக் கிடந்த எனக்கு அந்தப் பசுவின் பாலும், தயிரும்தான் உயிருரமாய் இருந்தது. அதனால் தாத்தாவோடும் பாட்டியோடும் மாடுமேய்க்கச் செல்வது பிடிக்கும்.

நானும் அம்மாவின் தங்கையும் எனது சித்தியுமான சங்கீதா சித்தியோடு, மாடு மேய்ப்பதற்காக பாட்டியின் ஊரான வளையல் சோழகன் என்ற ஊரில் போகாத வயல்காடுகளே இல்லை.

பனைமரத்திலிருந்து கண்ணெதிரே இறக்கிவரும் பதநீரை நாடார்கள் பனையோலையில் ஊற்றித் தருவார்கள்.

மாட்டை மேய்த்துவிட்டு, இலந்தைப்பழங்களையும் ஈச்சங்காய் களையும் பறித்துக்கொண்டு, மதிய வெயிலில் சரியாக மணல்மேடு சாலையில் வள்ளிக்கந்தன் பேருந்து ஹாரன் சப்தம் கேட்ட பிறகே வீடுவந்து சேருவோம்.

ஒவ்வொரு கோடைக்கும் பாட்டி வீட்டுக்குச் செல்லும் போதெல்லாம், அந்தத் தாய்ப் பசுவை நானே எங்கள் ஊருக்குக் கூட்டிச் செல்லட்டுமா என்று கேட்பேன்.

என் ஆசையைப் புரிந்துகொண்ட தாத்தாவும் பாட்டியும் அவர்களது அன்பு மகளான என் அம்மா சசிகலாவிற்கு சீதனமாக இருக்கட்டுமே என அவர்களே வீடுவரைக்கும் தாய்ப் பசுவையும் அந்த வெள்ளைக்கன்றையும் ஓட்டிவந்து கொடுத்துவிட்டுப் போனார்கள்.

என் பெரிய தாய்மாமன் மணிமாறன் ஆசிரியரும் என் அக்கா மகனுக்கு என்ன வேண்டுமானாலும் கொடுக்கலாம் என்று சொல்வார்.

அந்தத் தாய்ப் பசுவையும் கன்றுக்குட்டியையும் ஓட்டிவந்த பிறகு நானே பள்ளிக்கூடம் விட்டு வீட்டுக்கு வந்ததும், அதற்கு புற்கள் அறுத்துப் போடுவேன். அதுவொரு கனாக்காலம்.

பாட்டி வீட்டிலிருந்து ஓட்டிவந்த மாட்டை விற்கும் சூழல் வந்தது. வீட்டின் வறுமையால் அதை விற்றுவிடலாம் என்ற முடிவுக்கு வந்தார் அப்பா.

வறுமையின் காரணமாக பசுவை விற்றுவிட்டு கன்றுக்குட்டியை மட்டும் வைத்துக்கொள்ளலாம் என்று அப்பா சொல்ல, வேறு வழிதெரியவில்லை.

ஓர் அதிகாலையில் நாங்களெல்லாம் எழுந்திருப்பதற்கு முன்பாகவே அந்தத் தாய்ப் பசுவை பணம் கொடுத்து ஓட்டிச் சென்றுவிட்டார்கள்.

அப்பாவுக்கும் அது பெரும் வலியாக இருந்தது. அன்றைய நாள் வீட்டில் மயான அமைதி. தாய்ப் பசு போய்விட்ட பிறகு வெள்ளைக் கன்று மட்டும் தனியாக கொட்டகையில் கிடக்க, அதைப் பார்க்கப் பார்க்க உயிரை நெருடியது.

மறுநாள் தூங்கி எழுந்து கொட்டகையைப் பார்த்தால், எங்களுக்கெல்லாம் பெரும் ஆச்சரியம். விற்ற தாய் பசு வீடு தேடி வந்து கொட்டகையில் தன் கன்றுக்குட்டியை கொஞ்சிக்கொண்டிருந்தது.

பக்கத்து ஊரான கோடங்குடியில்தான் அந்தப் பசுவை அப்பா விற்றிருந்தார்.

அந்தப் பசு எப்படியோ வழியைக் கண்டு பிடித்து வீட்டுக்கு ஓடி வந்திருந்தது.

ஒருவேளை தாத்தா வீட்டிலிருந்து அந்தப் பசுவை ஆற்றங்கரை வழியாகக் கூட்டி வரும்போது, கோடங்குடியைத் தாண்டித்தான் எங்கள் ஊரான முட்டம் கிராமத்திற்கு அழைத்து வந்தோம். அப்படியாகத்தான் வழிதேடி வந்திருக்குமோ என்று நினைத்தோம்.

எங்கள் பசுமாடு மட்டுமல்ல, கிராமங்களில் பலரது வீட்டுக்கும் விற்றமாடு திரும்பி வந்த கதைகள் நிறைய உண்டு. மாடுகளை மாடுகளாக வளர்க்காமல், குடும்ப உறுப்பினரைப் போல வைத்திருப்போம்.

பொங்கல் பண்டிகைகளின்போது, மாடு குளிப்பாட்டி, நெல்லித் தழைகள் ஒடித்துவந்து, மாவிலைத் தோரணம் கட்டி, அல்லிப்பூ வாரிவந்து மாட்டுக்கொட்டகை அலங்கரித்து, புதுப்புல் கொணர்ந்து, மாட்டுப்பொங்கல் கொண்டாடிய நினைவுகள் வரம்தான்.

அப்படியாக எங்களது உயிரில் கலந்திருந்தவள்தான் வெள்ளைக் கிடேரி. அவள் வளர்ந்து அதன் பிறகு அவளும் கன்று போட்டு, அந்தப் பாலையும் சுவைத்து வளர்ந்தோம் வறுமையிலும்.

குழம்பு வைக்கக்கூட முடியாத வறுமைக் காலம் அது. சோற்றில் தண்ணீர் விட்டுச் சாப்பிட்டால் போதுமென நினைக்கவைத்த காலம். அப்போதுதான் எங்களுக்கு வரமாய் அந்தக் கிடேரியின் பால் தயிராகக் கிடைத்தது. அதுவே பழைய சாப்பாட்டில் வாசமாய் இருந்தது.

அப்பாவுக்குக் காலையில் எழுந்தவுடனேயே நீராகாரம் என்று சொல்லக்கூடிய இரவில் சோற்றில் ஊற்றிவைத்த தண்ணீரில் மோர் கலந்து கலக்கிக் குடித்துவிட வேண்டும். அதுவே காலை பதினொரு மணி வரைக்கும் தெம்பாக வைத்திருக்கும்.

பின்னொரு காலத்தில் வீட்டில் இருந்த மாடுகள் ஒவ்வொன்றாய் செத்துப்போகத் தொடங்கின.

கோமாரி நோய் தாக்குதலுக்கு ஆளானதால் ஊரில் இருந்த பல மாடுகள் இறந்து போக, அதன் பிறகு மாடுவளர்க்கவே வேண்டாம் என முடிவெடுத்துவிட்டார் அப்பா. ஏனென்றால் அதன் இழப்பை தாங்கிக்கொள்ளவே முடிவதில்லை.

வீட்டில் ஒருவர் இறப்பது போல மூன்று மாடுகளை அப்படியாக இழந்துவிட்டு கண்ணீரில் குளித்தோம்.

முன்பைப் போல் இல்லை, மாடு பார்த்துக்கொள்ளவும் ஆளில்லை இப்போது. எல்லோரும் படித்து ஆளாகிவிட்டோம். தங்கைகள் அன்புகுமாரிக்கும் அன்புச்செல்விக்கும் திருமணம் முடித்துக் கொடுத்துவிட்டோம்.

தம்பி அன்புராஜாவும் மயிலாடுதுறையில் சொந்தமாகச் சாரல் மீடியா என்ற ஃகிராபிக்ஸ் ஸ்டுடியோ நடத்தி வருகிறான்.

அப்பா கொலம்பஸ் விவசாயத்தைக் கவனித்து வருகிறார். இப்போதும் எங்கள் வீட்டில் மாட்டுக்கொட்டகை இருக்கிறது. ஆனால் அதில் மாடுகள்தான் இல்லை.

தம்பியின் இருசக்கர வாகனமும் அப்பாவின் வாகனமும் அங்கேதான் நிறுத்தப்பட்டிருக்கின்றன. பழைய சாமான்களை மூட்டைகட்டி அதில்தான் பரண் அமைத்துக் கட்டிப் போட்டிருக்கிறார் அப்பா. ஆனாலும் இப்போதும் மாடு இல்லாத மாட்டுக் கொட்டகைக்கும் சேர்த்தே சாம்பிராணி போடுகிறார் அப்பா.

மாட்டு ராசி எப்போது வருமெனத் தெரியவில்லை!

◯

வேம் பூ!

7

மரம் நிறைய பூத்துக் குலுங்கும் வேப்பம் பூக்களைப் பார்த்தாலே பெருமகிழ்ச்சி கூடிக்கொள்ளும். மாலை நேரத்திலும் காலை வேளைகளிலும் கொட்டிக்கிடக்கும் வேப்பம் பூக்கள் ஒவ்வொன்றும் காற்றுக்கும் மரத்திற்குமான கலவியை அப்பட்டமாக அறிவிக்கும். தளிரடர்ந்த மரங்களின் கிளைகளைப் பற்றி தாவியோடும் அணில்கள், வேப்பம்பூக்களில் தேன் தேடுவதைப் பார்த்துப்பார்த்து ரசிப்போம். காற்றிடமிருந்து தப்பித்த பூக்கள், பிள்ளை பெறுவதைப் பார்க்கவே கண்கள் கோடி வேண்டும். கொத்துக்கொத்தாக மரம் தாங்காத வேப்பங்காய்களைச் சுமக்கவே ஒவ்வொரு கோடைகாலத்தையும் வசந்தகால வாழ்க்கையாகப் பார்க்கின்றன மரங்கள்.

வேப்பம்பழங்கள் இனிக்குமென சாப்பிட்டுச் செரித்த எங்களைவிட யாருக்கும் அதன் சுவை தெரியப் போவதில்லை.

எங்களின் அறுவடைக்காகவே காய்த்துக்குலுங்கிய மரங்களின் எண்ணிக்கையை விரல்விட்டுச் சொல்லி விடுவோம்.

சங்கர் அண்ணன் வீட்டு வயல் தலைமாட்டில் ஒன்று, எங்கள் மாட்டுக்கொட்டகைக்கு அருகில் ஒன்று, ஆற்றங்கரை மேட்டுப் பகுதியில் ஒன்று, பனங்கரையோரம் சின்னத்தம்பி வீட்டு போர் கொட்டைகையில் ஒன்று, கீழக்கரை பள்ளிக்கூடம் அருகில் ஒன்று, மஞ்சளாற்றுப்படுகையில் ஒன்று என அந்த மரங்களின் கொழுத்த தேகங்களை இன்றைக்கும் அழகாக வரையறுக்க முடியும்.

வேப்ப மரங்கள் காய்க்கத் தொடங்கியதும் நார்த்தங்குருவியும் கல்லுக்குருவிகளும் மரங்களைவிட்டு எங்கும் போகாது. கருவாலி குருவியொன்றும் அதன் உச்சிக்கிளையில் கூடுவைத்திருந்தது நினைவில் இருக்கிறது.

கண்மணி வீட்டுக் குட்டையோரம் இருந்த அந்த வேப்ப மரமொன்று எப்போதும் பசுமை அடர்ந்து கிடக்கும். அதன் கோடைக்கால குளுமையை விவரிக்க வார்த்தைகள் போதாது.

வேப்பம் பழங்கள் குருவிகளுக்கு மட்டுமல்ல, எங்களுக்கு உணவாகிய காலம் அது. மரத்திலிருந்து விழும் பழங்களை தினந்தோறும் கூட்டி அள்ளும் அம்மாக்களுக்கே தெரியும், அதை விற்றுவிட்டு வெங்காயம் வாங்கும் வறுமை நிறைந்த வாழ்க்கை.

ஒருபடி வேப்பங்கொட்டை ஐம்பது பைசாவுக்கும், ஒரு ரூபாய்க்கும் பொறுக்கி விற்று பள்ளிக்கூடம் சென்றுவந்த பழைய தலைமுறை நாங்கள். வாழ்க்கையில் எப்போதும் வறுமையிருக்கும் ஆனாலும் சிரிப்பு சொந்தமாய் இருந்தது. இப்போது வசதி இருந்தும் அந்த மகிழ்ச்சி கிடைக்கவில்லை.

ஒவ்வொரு சனி ஞாயிறு விடுமுறை நாட்களிலும் வேப்பங் கொட்டைகளைப் பொறுக்கியெடுக்கவே நண்பர்கள் ஒவ்வொரு மரமாகப் படையெடுப்போம். மரத்திற்கு வலிக்காமல் உலுக்கி யெடுப்பதும் உண்டு. கிளைகளில் கொத்துக்கொத்தாய் காய்த்திருக்கும் பழங்களை கிளையோடு முறித்துப் பறிக்கும் நண்பர்களும் உண்டு.

மரங்களுக்கு வலிக்குமென்று அவர்கள் நினைத்ததே இல்லை. ஆனால், வருடந்தோறும் காய்க்காமல் விட்டதும் இல்லை வேப்பமரங்கள்.

பெரும்பாலும் பழுத்த பழங்கள் கீழே விழுந்தால் அதன் விதைகளைப் பொறுக்கி எடுக்கும்போதுதான் அது எடை அதிகம் இருக்கும்.

பழுப்பதற்கு முன்பாக பறிக்கும் காய்கள் சொத்தையாகப் போய்விடுவதுண்டு. ஆகையால், பழுத்த பழங்களில் இருந்து விழும்

விதைகள் பெருமரங்களாகவும் அசைக்கமுடியாத வேர்களாகவும் கிளைக்கும்.

மரத்தைச் சுற்றி அந்த வெம்மைக் காலத்தில் விழும் விதைகள் மழைக்காலம் வரை தவம் இருந்து முளைக்கின்றன. அப்படி முளைக்கின்ற வேப்பங்கன்றுகளைப் பார்க்கப்பார்க்க ஆசையாய் இருக்கும். தன்னைச் சுற்றியே தனது குழந்தைகள் வளர்ந்துகிடக்கும் அழகினை வேப்பமரங்கள் தாய்மை உணர்வோடு ரசிக்கின்றன.

இது வெறும் வேப்ப மரத்தின் கதைமட்டுமல்ல, செழித்து வளர்ந்த மரங்கள் விட்டுச் செல்லும் அடுத்தத் தலைமுறை குறித்தான வாழ்வியலைச் சொல்லும் கதை.

மரங்களின் வேர் முடிச்சுகளில்தான் பெரும் மரங்களின் வானுயர்ந்த கதையிருக்கிறது. அதன் கிளைகளில் கூடுவைக்கும் கிளிகள்தான் அதன் சந்ததியைக் கண்ணுக்கு எட்டாத தூரத்திற்கும் கொண்டுப்போய்ச் சேர்க்கின்றன.

தின்று விழுங்கிய பழத்தின் விதையை தன் எச்சத்தோடு பூமிக்கு அனுப்பி, தான் அமர்ந்துகொள்ள இன்னொரு சிம்மாசனத்தை உருவாக்கிக்கொள்கின்றன பறவைகள்.

மரங்கள் எந்தப் பறவையையும் துரத்தியடிப்பதில்லை. பல மரங்களை பறவைகளே விலக்கி வைத்திருக்கின்றன. கனி கிடைக்கும் மரங்களில் கூடுவைத்த பறவைகள் பெரும்பாலும் அந்த மரத்தைவிட்டு வேறு மரங்களுக்கு கூடுதாவுவது இல்லை. அதன் பருவகாலப் பூக்களுக்கும், வசந்தகாலப் பழங்களுக்காகவும் காத்திருக்கின்றன.

எத்தனை மைல்கள் பறந்துசென்றாலும் தனது கூட்டத்தைத் தேடி வந்துவிடுகின்றன பறவைகள். இருட்டு அப்பிக்கொள்ளும் மாலை நேரங்களில் பறவைகள் கூடுகளுக்குத் திரும்பும் காட்சியை எத்தனை பேர் ரசித்திருப்பீர்கள் என்று தெரியவில்லை. அது மரங்களைத் தேடியே வருகிறது.

எத்தனையோ பெருமரங்களைக் கண்ட பிறகும், கனிச்சோலை களுக்குச் சென்றுவரும்போதும், பழங்களற்ற கூட்டில் வந்துதான் சிறகு உலர்த்துகின்றன பறவைகள். அப்படியான உறவை மரங்களே கொடுக்கின்றன பறவைகளுக்கு.

வழிதவறிச் சென்ற பறவைகள்கூட தன் எண்ணம் முழுக்க வாழ்ந்த கூட்டை மறந்துவிட்டுப் பயணிப்பதில்லை. அந்தக் கீறல் விழுந்த கிளைகளின் மீதே காதல்கொள்கின்றன.

மயிலாடுதுறை மாவட்டம் முட்டம் கிராமத்தில் ஊராட்சி ஒன்றிய தொடக்கப்பள்ளியின் முகப்பில் இருந்த வேப்பமரத்தை மறக்கவே முடியாது.

நண்பர்களோடு அந்த மரநிழலில் நின்றபடி, இனிக்க இனிக்க தேசிய கீதத்தை யாசித்த நினைவுகள் இன்னும் இருக்கிறது.

அரை வேப்பங்கொட்டையின் ரௌத்திரத்தில் கைவிரல் முட்டியில் ரத்தமெடுத்து விளையாடிய விளையாட்டும் மறந்துபோகவில்லை.

எத்தனையோ நாட்களை அந்த மரத்தின் நிழலில் நின்றபடி கடந்திருக்கிறோம்.

அங்கு முளைத்துக்கிடந்த வேப்பங்கன்றை மண்ணோடு வேர்கள் அறுந்துபோகாமல் பிடுங்கிச் சென்று வேறொரு இடத்தில் நட்டிருக்கிறோம்.

நிசப்தம் வாரிக்கொண்ட வீதிதனில் தனித்திருந்த வேம்பொன்று சனி ஞாயிறுகளில் பள்ளிக்குழந்தைகளின் சிரிப்புச் சப்தத்திற்காக ஏங்குகிறது.

வேப்பங்காய்களைப் பொறுக்கி விற்றுத்தான் மேலத்தெரு பொம்மாட்டி பாட்டி நரம்பறுந்த தூண்டிலைப் போல கிடந்த வாழ்க்கையை ஓரிரு மாதங்களில் புதுப்பித்துக்கொண்டார்.

வேப்பம் பழங்களைப் பொறுக்கி விற்றுத்தான் ஐஸ்பெட்டி அண்ணனிடம் ஐஸ்வாங்கித் தின்றோம்.

எங்களுக்குத் தெரியாமலேயே பறவைகள் நட்டுவைத்த மரங்களே ஊர்முழுக்க நிறைந்திருந்தன.

ஒருமுறை வீட்டில் இருந்த அனைவருக்குமே அம்மைப் போட்டு முடங்கிவிட்டோம். யாரும் அருகில் வந்து பார்க்கவும் இல்லை.

ஒருவருக்கு தாவிய அம்மை அடுத்தடுத்து எல்லோருக்கும் பரவியது. மகமாயி குடிகொண்டதாய் சொன்ன சுந்தரம்பாள் பாட்டிதான், எங்களைச் சுற்றி வேப்பந்தழைகளை வைத்திருந்தார்.

வேப்ப இலைமீது தான் எனது உடல் கிடத்தப்பட்டிருந்தது. பெரும் நம்பிக்கைகள் எல்லாமே சின்னச் சின்ன விடயத்தில்தான் இருக்கும்.

அதுபோலத் தான் வெப்பந்தழைகள் எங்கள் காயங்களை ஆற்றும் என்று காத்திருந்தோம்.

எங்கள் நம்பிக்கைகள் வீண்போகவில்லை.

அம்மைபோட்டு வடிந்ததும் தண்ணீரில் வேப்பந்தழைகளைப் போட்டு அதில் மஞ்சள் கரைத்து, அதில்தான் குளிக்க வைத்தனர்.

வாழ்க்கையில் வேப்பமரங்களுக்கும் எனக்குமான உறவு அலாதியானது.

கிராமங்களில் தினந்தோறும் வேப்பங்குச்சியில்தான் பல் துலக்குவோம். அப்படியான பொழுதைக் காலையில் வேப்பமரத்தின் கிளைகளில் இருந்துதான் தொடங்கியிருக்கிறேன்.

கடலாடி ஆற்றுப்பக்கம் சென்றாலும் மஞ்சளாற்றங்கரை கரை முழுவதும் வேப்பமரங்களே அடர்ந்து கிடக்கும் அவற்றையெல்லாம் நட்டுவைத்த நாட்டாமைகளே பறவைகள்.

யாருக்கேனும் இதையெல்லாம் பார்த்து ரசிக்க இப்போது நேரம் இருக்கிறதா? வயல்வெளி ரகசியங்களை யாருமற்ற வரப்பில் அமர்ந்து கண்டுணர்ந்தது உண்டா என்றால் கேள்விக்குறிதான்.

ஒரு காலச்சக்கரம் கடந்த 15 ஆண்டுகளுக்கு முந்தைய வாழ்வின் சொர்க்கத்தை அடியோடு பிடுங்கியெறிந்திருப்பதை, என்னவென்று சொல்வது.

வேப்பமரங்களின் வாழ்க்கையையும் அது விட்டுச்சென்ற விதைகளையும் பேசுவதில் நம்முடைய வாழ்க்கையும் மறைந்து தானே கிடக்கிறது. அந்த வாழ்வியல் சுகந்தத்தை இந்தத் தலைமுறை இழந்திருப்பது உண்மைதானே!

மண்ணோடு புரண்டு மழையோடு விளையாடி, வெயில் தீண்டி கிடந்த நாட்களையெல்லாம் சேகரித்து வைத்திருக்கிறேன். அதுவே வாழ்வின் சொர்க்கத்தை எனக்கு அறிமுகம் செய்தன.

காற்றிலாடி விழும் மாம்பிஞ்சுகளில் உப்புக்கற்களாய் கரைந்த வாழ்க்கையை மீட்டுப் பார்க்கிறேன் முடியவில்லை. ஆனால் என் மன இடுக்குகளில் சஞ்சாரமிடும் அதன் நினைவுகள் என் வேர்வரைக்கும் பரவியிருக்கின்றன.

பெருமீன்களின் செதில் சுவாசத்தில் சிக்கிக்கிடக்கும் தூண்டில் முள் போல் இந்தத் தலைமுறைக்கு எல்லாம் கிடைத்தும், வெறுமையின் பிடியில் சிக்கிக்கிடக்கிறார்கள்.

எதைப் பார்த்தோமோ அதைச் செய்துபார்த்தோம், எதை ரசித்தோமோ அவற்றின் மீதே தாகம் கொண்டோம்.

ஆற்றின் இடையில் நீச்சலிட்டபோது, முதலைகள் குறித்து பயங்கொண்டதில்லை. காற்றின் வெடிப்பைக் கிழித்துக்கொண்டு பறந்தபோது எதிர்நீச்சலே வாழ்க்கையென அறிந்தோம்.

வளர்ந்து ஆளான பிறகும் இன்னும் குழந்தையாய் இருந்திருக்கலாம் என்ற ஏக்கம் விட்டுப் போகவில்லை.

பலருக்கு வேப்பமரங்களைக் கண்டால் கசப்புதான் நினைவுக்கு வரும். ஆனால், எனக்கோ இனித்த வாழ்வே நினைவாய் வருகிறது.

ஒரு வேப்பம்பூ என் பழைய காலத்தை தோண்டியெடுக்கிறது என்றால், அதன் வேர்களை நானும் மறக்கவில்லை என்பதுதானே உண்மை.

◯

அப்பன் சாமி

8

இந்த வயதிலும் இன்னமும் நான் ஊருக்குச் சென்றால் என்னைத் தூக்கிக் கொஞ்சுவதற்குத் தவறுவதே இல்லை அப்பா. தினந்தோறும் இரவு என்னிடம் பேசிவிட்ட பிறகுதான் இரவு உணவையே எடுத்துக்கொள்வார். வாழ்வில் எங்கள் நால்வரையும் கரை சேர்ப்பதற்கு அப்பா பட்ட பாடு, அப்பப்பா..! எப்போது நினைத்தாலும் கண்கள் கலங்கிவிடும்.

சென்னையிலிருந்து ஊருக்குச் சென்று வீட்டில் படுத்திருக்கும்போது, நான் தூங்குவதாக நினைத்து என் உடம்பு மற்றும் வயிற்றையெல்லாம் தொட்டுப் பார்ப்பார் அப்பா. இளைத்திருக்கிறேனா இல்லையா என்பதை தொட்டுப்பார்த்தே கண்டுபிடித்துவிடுவார். என் முதுகுக்கும் முத்தம் கிடைக்கும். கொஞ்சம் கொஞ்சலும் நடக்கும். ஆனாலும், நான் தூங்குவது போலவே காட்டிக்கொள்வேன்.

அப்போதெல்லாம் எனக்கு எப்படி இருக்கும் தெரியுமா? அப்பாவின் ஸ்பரிசம் என்னைக் கொஞ்சி

தீர்க்க, அப்படியே உடலெல்லாம் சிலிர்த்து விடும். நெஞ்சுக்குள் நெகிழ்ச்சி பூட்டிக்கொள்ளும்.

இன்றளவும் என் அப்பா மதிய உணவை எடுத்துக்கொள்வதில்லை. எங்கே நாம் சாப்பிட்டுவிட்டால் பிள்ளைகளுக்கு பத்தாது எனக்கருதி, தனது மதியஉணவையே தவிர்த்திருக்கிறார் அப்பா.

இதெல்லாம் நான் சிறு வயதாக இருக்கும்போது புலப்படவில்லை. இந்த பத்து பதிமூன்று வருடங்களாக நல்ல வேலையில் இருக்கிறேன். நன்றாகச் சம்பாதிக்கிறேன். வருவோர் போவோர்க்கெல்லாம் பரிமாறியது போகவும் வீட்டில் உணவு மிஞ்சியிருக்கிறது, ஆனாலும் அப்பா மதிய உணவைத் தவிர்த்துவிட்ட பழக்கம் அப்படியே இருக்கிறது.

வாழ்வில் எத்தனையோ முறை அப்பாவைக் கண்டு வியந் திருக்கிறேன். தினந்தோறும் மாலை ஆறு மணிக்கெல்லாம் வீடு திரும்பி, முகத்தைக் கழுவிவிட்டு புத்தகம் வாசிக்க வேண்டும் என்று பண்படுத்தியவர் அப்பா. அந்தப் பழக்கம் இன்றளவும் தொடர்கிறது. அலுவலகத்தில் இருந்தாலும் ஆறு மணிக்கெல்லாம் அப்பா கற்றுக்கொடுத்த பாடத்தை ஒரு ஐந்தாறு நிமிடமாவது அரங்கேற்றுவேன். தனக்கு இல்லையென்றாலும் இல்லாதவர்களுக்கு கொடுத்துவிட்டு, வீடு திரும்பியவுடன் அவருக்கு உதவினேன் இவருக்கு உதவினேன் என்று எங்களிடம் சொல்லி அப்பா சந்தோஷப்படும் பழக்கம், எனக்குள்ளும் தொற்றிக்கொண்டது.

காய்த்துப்போன உன் கைகள் என் கைகளைப் பற்றிக்கொள்ளும் போதெல்லாம் உனக்கு என்னென்னவோ செய்ய வேண்டும் என்று நினைக்கிறேன். இப்போதைக்கு ஒரு அன்பு முத்தத்தை மட்டும் வாங்கிக்கொள்ளுங்கள் அப்பா என்று என் உள்மனதுக்குள் சொல்லிக்கொள்வதுண்டு.

ஆறுபாதி அரவை மில்லுக்கு வேலைக்கு சென்றுவிட்டு, நள்ளிரவு நேரங்களில் வீடு திரும்பும் அப்பாவுக்காக விழித்திருந்தது நினைவினில் இருக்கிறது இப்போதும். அப்பா வாங்கிவரும் தின்பண்டங்களுக்காகவே வெகு நேரம் விழித்திருப்பேன். சைக்கிள் சப்தம் கேட்டு அடிக்கடி வீட்டுக்கு வெளியில் ஓடிவந்து பார்த்துவிட்டு, வெறுமையோடு படுக்கையில் விழுந்து, என்னையறியாமல் தூங்கிவிட்டபோதிலும், என்னை எழுப்பிவிட்டு, ஊட்டி மகிழ்வார் அப்பா.

சத்தியமாகத் தெரியாது அது விடியற்காலையாகக் கூட இருக்கலாம். சாலைகளற்ற வீதிகள், கப்பிக்கொட்டிய வெளியென எங்கிலும் ஓடோடி உழைத்து ஓய்வறியாதவரிடம் அடிக்கடி சண்டையிட்டதும் நடந்திருக்கிறது.

பாட்டியின் செல்லத்தில் அதிகம் படிக்காமல் போன அப்பா, எங்களைப் படிக்க வைத்ததோ, ஊரே மெச்சும்படி.

அப்பாவின் முகத்தில் என்னை நானே பார்த்துக்கொள்வேன்.

வருவோர் போவோர் எல்லாம் இன்னாரது மகனா எனக் கேட்பார்கள். அடுத்த ஊர்க்காரர்களும் சரியாக அடையாளம் கண்டுகொள்வார்கள். எனக்கே சந்தேகம் வந்து கண்ணாடியில் முகம் புதைப்பேன், அப்பா போலவா இருக்கிறேன் என்று.

சாப்பிட்டு வயிறு நிறைந்த பிறகு நிமிர்ந்து பார்க்காதே, சாப்பிடும் போதே மற்றவர்களுக்கும் இருக்கிறதா என்பதைப் பார்த்துவிட்டுச் சாப்பிடு என்பதை அப்பாதான் கற்றுத்தந்தார். ஆனால் நானோ எனக்கே இல்லையென்றாலும் பரவாயில்லை அவர்கள் சாப்பிடணும் என்பதை உறுதியாக வைத்திருப்பவன். அரை வயிறு அல்ல அதுவும் நிரம்பாமல் கூட எழுந்து போன தருணங்கள் நிறையவுண்டு.

உறவினர்களின் விழாக்களில்கூட இப்போதும் எந்தக் கூச்சமும் இல்லாமல் பந்தி பரிமாறுவது பிடிக்கும். எல்லாம் முடிந்து கடைசிப் பந்தியில் இருந்தும் இல்லாமலும் சாப்பிடும் மகிழ்ச்சிக்கு அளவே இருக்காது.

நல்ல அப்பாக்கள் கிடைத்தவர்கள் வாழ்வின் பாக்கியசாலிகள்.

எங்களை வாழ்வியல் நெறி மாறாமல் வளர்த்ததில் அப்பாவுக்கு நிகர் அப்பா மட்டுமே. மயிலாடுதுறை மன்னம்பந்தல் ஏ.வி.சி. கல்லூரியில் எம்.எஸ்சி., உயிரித்தகவலியல் படிப்பை நிறைவு செய்த பிறகு மேற்கொண்டு படிக்கவேண்டுமென்று ஆசை.

ஆனாலும் குடும்ப வறுமைச் சூழலில் படிக்க வசதியில்லை. அப்பாவும் மேல்படிப்பை முடிக்கவே சொன்னார். ஆனாலும் அதன் பிறகும் அப்பாவுக்கு சுமையாக இருக்க விரும்பவில்லை.

அப்பாவின் சுமையை மொத்தமாக தூக்கி சுமக்க தயாரானேன்.

இரண்டு தங்கைகளை அப்பாவின் இடத்தில் இருந்து திருமணம் செய்து கொடுத்து, என் வாழ்வின் ஆகப்பெரிய கடமைகளை செய்துமுடித்தேன். கிட்டத்தட்ட *18* ஆண்டுகளாய் மீட்க முடியாமல் கிடந்த விளைநிலத்தை மீட்டுக்கொடுத்து அழகு பார்த்தேன். இப்படி நிறைய இருக்கிறது சொல்வதற்கு.

இதையெல்லாம் பதிவுசெய்வதற்கான அவசியம், என் அப்பாவின் வளர்ப்பை அகம் மகிழ யாசிக்கிறேன் என்பதை சொல்வதற்காகவே.

வலியோடு வாழ்க்கையை தூக்கிச் செல்லும் அப்பாக்கள் குறித்து மகன்களுக்குத் தெரிவதில்லை அவர்கள் தந்தையாகும் வரை.

அப்பாக்களுக்கு மகள்கள் மீது பாசம், அம்மாக்களுக்கு மகன்கள் மீது அதிக அன்பு என்பதை, எப்படி வரையறுத்தார்கள் யார் வரையறுத்தது என்று தெரியவில்லை.

சூழலியல்தான் அப்படியான ஒரு மாற்றத்தையும் தேற்றத்தையும் உட்புகுத்தியிருக்கக்கூடும்.

பெரும்பாலும் மகன்களுக்கு அம்மாக்கள் கொடுக்கும் செல்லம், தந்தையிடம் இருந்து கிடைப்பதில்லை என்பது உண்மைதான். ஆண்மகனை வலிமையான சிங்கமாக வளர்த்தெடுக்க நினைக்கும் அப்பாக்கள் மகன்களின் மீதான அன்பை வெளியில் காட்டிக் கொள்வதில்லை. தான் பட்ட அவமானங்களையும் துயரங்களையும் மகன்களுக்கு அவர்கள் பாடம் எடுப்பதற்குக் காரணம், ஆண்பிள்ளைகள் திசைமாறி சென்றுவிடக்கூடாது என்பதற்காகத்தான்.

அம்மாக்கள் மகன்களின் மீது காட்டும் அன்பு அப்பாக்களின் அன்பை விடக் கூடுதலாக இருப்பதுபோலத் தெரியும். ஆனால், அம்மாக்கள் மகன்களுக்குக் கொடுக்கும் அன்பிற்கு எந்த விதத்திலும் சளைத்தது அல்ல அப்பாக்களின் பாசம்.

இப்போதும் என் அப்பாவிற்கும் தம்பிக்கும் இடையே பெரும் போரே நடக்கும். இருவருக்குமான கருத்துமோதல் பெரும் சண்டையாகவே வலுக்கும்.

தோளுக்கு மேல் வளர்ந்த பிள்ளையைக் கைநீட்டி அடிக்கக் கூடாது என்று சமாதானம் பேசும் அம்மாக்களை மகன்களுக்குப் பிடித்துப்போவதில் ஆச்சர்யமில்லைதான். ஆனால், அப்பாக்கள் அடித்து வளர்க்காத குழந்தைகள் சமூகத்தில் தவறானப் பாதைக்குச் சென்றுவிடுவதுண்டு.

அப்பாக்கள் இல்லாத குடும்பத்தைக் கேட்டால் அந்த நிலை அறியலாம். வளரும்போது அப்பாக்களின் அருமை தெரியாத குழந்தைகள், வளர்ந்து ஆளாகி, தனக்கொரு திருமணம் முடிந்து, குழந்தை பெற்றெடுக்கும் போதுதான், தந்தையின் அன்பைப் பற்றி அகம் நெகிழ்கிறார்கள்.

அப்பன் சாமிகளுக்குக் குடும்பத்தைத் தூக்கி சுமப்பதே கடமையாகிப் போனது.

9

கருப்பசாமி!

நெடுவுயரக்குதிரைகள் நிஜமாக நிற்பதுபோல் தனியொரு வனாந்திரத்தில் பயமப்பிய கருப்பசாமி கோவில் வளாகத்தில் சுற்றிக்கொண்டிருந்தோம் நானும் கேமிராமேனும்.

கோவிலின் மணியை விழுங்கியிருந்த அரசமரம் சலசலத்து, சடை வளர்த்து ஆடிக்கொண்டிருந்த அந்தி அது. கிளைமுறித்து மரமொன்று கிலிகாட்டிய போதும், படம் பிடிப்பதை மட்டும் நிறுத்தவில்லை. அடுத்தடுத்து சரசரத்த அரவங்களைக் கடந்தோம். பாசிபடிந்த குதிரைகளைத் தூசிதட்ட நினைத்தபோது, மெல்லியக் காற்று வந்து மென்மையாய் அப்பியது.

இரவு துளிர்ப்பதற்குள் இடம் மாறிப்போக வேண்டும், அதற்குள்ளாக என்னென்ன வேண்டுமோ அத்தனையும் படம் பிடித்தாக வேண்டுமென பிடித்துக்கொண்டோம் கொஞ்சம் பயத்தையும்.

சிறு தெய்வக்கூட்டங்கள் சிரித்தபடி நின்றிருக்க, அரிவாளோடும் கத்தியோடும் இருந்த கருப்பசாமியை கண்டு மிரண்டோம்.

புதர் மண்டிய காட்டுக்குள் புதிரான கோவிலை உருவாக்கி வைத்தவர் யாரெனத் தெரியவில்லை கல்வெட்டுகளும் இல்லை.

ஒற்றையடிப் பாதை வழியாக சிலர் எங்களை நோக்கி வந்து கொண்டிருந்தார்கள். குடும்பத்தோடு பூசாரி ஒருவரையும் அழைத்துக்கொண்டு வருவதைப் பார்த்தோம்.

குல தெய்வ வழிபாட்டுக்காக வந்திருப்பதாகச் சொன்னார்கள். கோழியறுத்து ரத்தம் பீய்ச்சி, முறுக்கு, சாராயம் எல்லாம் வைத்துப் படைத்தார்கள்.

ஊரைக்காக்கும் கோவிலென புகழ்ந்தார்கள். நடுக்காட்டில் வீற்றிருக்கும் அய்யனாருக்கு ஊரென்ன பகையா? ஊரைவிட்டு ஒதுக்கி வைத்துக்கொண்டாடும் வர்க்கத்தினர் சொல்வது முறையா?

முப்பாட்டன் கொண்டாடிய தெய்வங்களை இப்போதெல்லாம் காணுவதே அரிதா? இப்படி எத்தனையோ கேள்விகளைக் கேட்டேன் அங்கிருந்த பூசாரியிடம்.

அவர் சொன்ன பதிலைக்கேட்டு திடுக்கிட்டு உடம்பெல்லாம் சிலிர்க்கத்தொடங்கியது. மனம் ஏனோ அந்த அமானுஷ்ய கதைக் குள்ளேயே கிடக்க, கொஞ்சம் கொஞ்சமாக இருள் கவிழத் தொடங்கியதுமே காட்டிலிருந்து மெயின்ரோடு பக்கம் நடந்தோம்.

படையல் போட்ட நபர்களுடன் பயமப்பிய அந்த இருள்வெளியைக் கடந்து, மெயின்ரோடுக்கு வந்துசேர்ந்தோம்.

திண்டுக்கல் நத்தம் சாலையில் உள்ள ஒரு தனியார் விடுதியில்தான் அன்றிரவு தங்கியிருந்தோம். எப்போது விடியுமென்றுக் காத்திருந்தேன்.

விடியற்காலையிலேயே எனது கேமிராமேனை அழைத்துக்கொண்டு அந்தக் கோவில் இருக்கும் பகுதிக்கு விரைந்தேன்.

முதல்நாள் அந்தியில் பார்த்த அந்த பூசாரியும் நான் கேட்டுக் கொண்டதைப் போலவே காலையிலேயே அங்கு வந்து சேர்ந்தார்.

பனியில் ஈரம் பூத்த புற்களில் செருப்பில்லாமல் நடந்து போனோம். சாமி இடத்தில் வெறுங்கால்களோடுதான் போகவேண்டுமாம் அப்படித்தான் சொன்னார் பூசாரி.

அவர் சொன்னதுபோலவே கிடந்தது அந்த 150 வீடுகளும். ஆம், ஒன்றல்ல இரண்டல்ல, 150 அரசு தொகுப்பு வீடுகள், கருவைக் காட்டுக்குள் புதர்கள் மண்டிக்கிடந்தன!

பூசாரி ஏற்கெனவே எங்களை எச்சரித்திருந்தார். பாம்புகள் வருமென, அவர் சொன்னது போலவே பார்த்தோம்.

கருப்பசாமிக்குச் சொந்தமான இடத்தில் அரசு கட்டிக்கொடுத்த தொகுப்பு வீட்டில் யாருமே குடியிருக்க முடியவில்லை. குடியிருக்க சாமியே விடவில்லை என்றார் பூசாரி. மிரட்சியிலிருந்து மீள முடியாமல் இருந்தோம்.

பால் காய்ச்சிக் குடியேறியவர்களை பாம்புகள் துரத்தியதும், வீட்டைச் சுற்றி இரவுகளில் குதிரைகள் கனைப்பது என நடுங்க வைக்கும் பல அமானுஷ்ய கதைகளைச் சொன்னார் பூசாரி உத்தண்டி.

திண்டுக்கல் மாவட்டம் நத்தம் சேத்தூரில் உள்ள இந்திரா நினைவு குடியிருப்பில்தான் அந்தச் சம்பவங்கள் நடந்தேறியிருக்கிறது.

அதே ஊர்க்காரர்கள் கருப்பசாமிக்கு பயந்துகொண்டு, யாருமே உயிரைப் பணயம் வைக்க விரும்பவில்லை. அதனால் வெளியூரிலிருந்து வீடில்லாதவர்களை அதில் தங்க வைத்திருக்கிறார்கள். ஆனாலும் அவர்களும் விடிந்ததும் வீட்டைக் காலி செய்துவிட்டு ஓடியிருக்கிறார்கள்.

ஜீ தமிழ் தொலைக்காட்சியில், நம்பினால் நம்புங்கள் என்ற நிகழ்ச்சியின் தயாரிப்பாளராக இருந்தபோதுதான், அதைப் படம் பிடித்தேன்.

எனக்கு சந்தேகமெல்லாம் கருப்பசாமி ஊரைக்காக்கும் என்று சொல்வார்கள், ஏன் அவர்களை விரட்டியிருக்கிறார் என்பதுதான் பெருங்கேள்வியாக இருந்தது.

சேலம் அருகே ஓர் கருப்பசாமி இருக்கிறார். அந்த ஊரின் பெயர் நினைவில் இல்லை. வவ்வால்கள் அடர்ந்த அந்த அரசமரமும், ஆள் அரவமற்ற பகுதியும் நினைவில் நிழலாடுகிறது. அந்த ஊரில் ஓர் பெரிய அச்சம் என்னவென்றால் யார் வீடும் காரை வீடு இல்லை. கூரை வேய்ந்த வீடுகளே இருக்கின்றன.

மாடிவீடு கட்டி குடிபோனவர்கள் இறந்துபோயிருக்கிறார்கள். பலர் சுவர்களை மட்டும் சிமெண்ட் கலவையுடன் கட்டிவிட்டு மேற்கூரையை தென்னங்கீற்றில் வேய்ந்திருப்பார்கள்.

ஊரைக் காவல் காக்கும் கருப்பசாமி தினந்தோறும் நள்ளிரவு களில் ஊருக்குள் குதிரையில் வருவதாகவும், அவருக்குக் காரை வீடுகள் பிடிக்காது என்றும் சொன்னார்கள்.

இந்த ஆறேழு வருடங்களுக்குப் பிறகு அந்த நிலைமை மாறியிருக்கிறதா என்று தெரியவில்லை. ஆனாலும், அவர்கள் காலங்காலமாக அதையே பின்பற்றி வந்திருக்கிறார்கள்.

இன்னும் சில ஊர்கள் இருக்கின்றன தேனிக்கு அருகே இருக்கும் அந்த கிராமத்தின் பெயரும் நினைவில் இல்லை. அந்த கிராமத்தில், வீடுகளுக்கு கதவுகளே இருக்காது. இருக்கவே கூடாது என்பது கடவுள் உத்தரவு. கதவுகள் இல்லாத வீட்டை சாமியே காவல் காக்கும் என்பதுதான் அவர்கள் காலம் காலமாக பின்பற்றிவரும் நம்பிக்கை.

இவற்றையெல்லாம் பார்க்கும்போது, இதையெல்லாம் சாமியே சொல்லுமா? இல்லை, சொல்லி வைக்கப்பட்டதா? நகரத்தில் இருக்கும் எத்தனையோ சாமிகள் வாய்மூடி மௌனமாகத்தானே இருக்கின்றன. எங்கேயும் சாமி பேசியதாக வரலாறு இல்லையே கலியுகத்தில்.

கண்ணீரும் கம்பலையுமாக வருடந்தோறும் அதே கோரிக்கைக்காகக் கூழ் ஊற்றும் மங்கலத்தைச் சிரித்த முகத்துடன்தானே பார்த்துக் கொண்டிருக்கிறாள் அம்மன்.

பிள்ளையைத் தூக்கிக்கொண்டு தீமிதித்து ஓடுபவளுக்கு ஏன் அது பூவாக மாறாமல் கங்கு கனன்று, கடும் அனலாக வீசுகிறது?

இவற்றையெல்லாம் பார்க்கும்போது, உவமைக்கவிஞர் சுரதாவின் கவிதையொன்றுதான் நினைவுக்கு வரும்.

எங்கள் வீட்டில் அடிக்கடி சாமி வந்து ஆடுகிறாள் அம்மா. கூரைக்கே வருகிறது சாமி. வரங்கள் அனைத்தும் மாடிக்கே போகிறது என்று எழுதியிருப்பார்.

நம்பினால் நம்புங்கள் நிகழ்ச்சிகாக ஊர் சுற்றும் பாக்கியம் நிறையவே கிடைத்தது. அமானுஷ்யங்களைத் தேடி பல்வேறு இடங்களுக்குப் பயணித்திருக்கிறேன். காடு மலைகள் குகைகள் என ஆட்கள் போக முடியாத இடங்களுக்கும் சென்றிருக்கிறேன். பதினெட்டு சித்தர்களைத் தேடிப் பயணிக்கும்போது சுவாரஸ்யங்களும் கூடவே வரும்.

ஒவ்வோர் ஊரிலும் ஓர் அதிசயிக்கத்தக்க உண்மைகளைச் சொல்லும்போது கடவுள் நம்பிக்கையை நாடத்தொடங்கிவிடும் மனது.

ஊருக்குள் கோவில்கள் இல்லையென்றாலும் புலம்புவதற்கு இடமும் இருக்காதுதான்.

◯

பயணிக்காத ரயில்!

10

டிக்கெட் எடுக்காமல் மாட்டிக்கொள்ளும் வரை அதற்கு முன்பு வரை ரயிலில் சென்றது கிடையாது. அதற்கான அவசியமும் வந்ததில்லை. பதினோராம் வகுப்பு படிக்கும்போது மயிலாடுதுறை மேம்பாலம் அருகே உள்ள சித்தர்காட்டில் எங்கள் பள்ளியின் சார்பில் நாட்டு நலப்பணித் திட்ட முகாம் ஏற்பாடு செய்யப்பட்டிருந்தது. அதில் கலந்துகொள்ளச் செல்லும் போதுதான், அந்த மேம்பாலம் வழியாக தூரமாய்த் தெரிந்த ரயில்நிலையத்தை முதன்முறையாகப் பார்த்தேன்.

பாலத்தில் நின்றபடி குறுக்கும் நெடுக்குமாய் விரியும் ரயில்தண்டவாளத்தை வெகுநேரமாய் உற்று நோக்கினேன்.

திருச்செந்தூரில் இருந்து மயிலாடுதுறை நோக்கி ஓடிவந்த ரயிலைத்தான் முதன்முதலாக மிக அருகில் கண்டேன். வளைந்து நெளிந்து பார்ப்பதற்கே பிரமிப்பாய் இருந்தது. பொதுவாக ரயிலின் நீலநிறப்பெட்டிகளைப் பார்ப்பது உள்ளுக்குள் ஏதோவொரு மகிழ்ச்சியை அள்ளிக்கொட்டும்.

அதற்கு முன்பு வரை ரயிலையும், ரயில்நிலையங்களையும் டிக்கெட் பரிசோதகரையும் திரைப்படங்களில்தான் பார்த்திருக்கிறேன்.

ஏனோ தெரியவில்லை, அப்படியொரு சிக்கல் அன்றைக்கு வந்து சேர்ந்தது.

மயிலாடுதுறை ஏ.வி.சி. கல்லூரியின் மாணவர் இதழான இளந்தூது ஆண்டுவிழா நாளன்றுதான் அது நடந்தது.

அந்த மாணவர் இதழின் ஆசிரியராக இருந்தேன். எனது நண்பன் முனைவர் நடராஜன் துணையாசிரியராக இருந்தான். இருவரும் முதல் நாள் இரவிலிருந்தே தூங்கவில்லை. விழாவுக்கு பாடலாசிரியரும் கவிஞருமான விவேகா மற்றும் கவிஞர் நந்தலாலா இருவரையும் சிறப்பு விருந்தினர்களாக அழைத்திருந்தோம்.

நள்ளிரவு 12 மணியளவில் அவர்கள் இருவரையுமே எங்களது இளந்தூது குடும்பத்தின் மூத்த உறுப்பினர் அருள்குமார் தனது காரில் அழைத்து வந்திருந்தார். அவர்களை மயிலாடுதுறை பேருந்து நிலையம் எதிரே உள்ள பிரின்ஸ் டவர் ஓட்டலில் தங்க வைத்தோம்.

அதன் பிறகும் கல்லூரிக்குச் சென்று விடிய விடிய கல்லூரி வேலாயுதம் அரங்கை அழகுபடுத்தி, நிகழ்ச்சிகளுக்கான ஏற்பாடுகளைக் கவனித்து வந்த நிலையில், இருள் விலகத்தொடங்கியது.

நானும், நடராஜனும் ரயில் நிலையத்திற்கு விரைந்தோம்.

பாடலாசிரியர் விவேகா, கவிஞர் நந்தலாலாவைத் தவிர வேறு ஒரு சிறப்பு விருந்தினரும் எங்களுக்காக திருச்சியிலிருந்து ரயிலில் வந்துகொண்டிருந்தார். அவரை வரவேற்கவே ரயில்நிலையத்திற்கு அதிகாலையில் சென்றோம்.

திருச்சி, வையம்பட்டியை அடுத்துள்ள பி.குருப்பப்பட்டியைச் சேர்ந்த ஒரு சாதனை இளவரசியைத்தான் அந்த நிகழ்ச்சியில் அறிமுகம் செய்ய நினைத்திருந்தோம்..

1330 திருக்குறளையும் 13 நிமிடத்தில் ஒப்புவிக்கும் ஒரு சலவைத் தொழிலாளியின் மகளை கௌரவப்படுத்த அதுவே சிறந்த களமாக இருக்குமென கருதினோம்.

அதில் ஒரு சுவாரஸ்யமும் வலியும் இருக்கிறது. விழாவுக்கு இரண்டு வாரங்களுக்கு முன்பே நானும் நடராஜனும் திருச்சி மணப்பாறையை அடுத்த குருப்பபட்டிக்குச் சென்று சம்மந்தப்பட்ட பள்ளி மாணவி தீபாவைச் சந்திக்கச் சென்றோம்.

எரி வீழ்ந்த காடாய் சப்பாத்திக்கள்ளி ரோடாய் இருந்த அந்தப் பகுதிக்கு நாங்கள் சென்றதுமே தூரத்தில் அந்த ஊர்ப் பள்ளிக்கூடம் தென்பட்டது. அங்கு சென்று அந்த மாணவியைப் பற்றி விசாரித்த போதுதான் அவரின் முழுவிபரமும் தெரியவந்தது.

பனையோலை வேய்ந்த வீட்டுக்காரியவள். மின்சாரம் எட்டிப்பார்க்காத வீடு அது. படிப்பறிவு கொஞ்சமும் இல்லாத சலவைத் தொழிலாளி மகளின் பின்னணி குறித்து விசாரித்தபோது ஆச்சர்யமே மிஞ்சியது.

யோகாவின் மூலம் படிப்படியாக 13 நிமிடத்தில் மொத்த திருக்குறளையும் ஒப்புவிக்க பயிற்சி கொடுத்திருக்கிறார்கள் ஆசிரியர்கள்.

இது நடந்த கால கட்டம் 2004. இப்படி ஒரு பெண் இருக்கிறாள் என கேள்விப்பட்டதும் உடனே அவரை அடையாளப்படுத்திவிட வேண்டும் என்று ஆசைப்பட்டோம்.

அந்த மாணவியின் திறமையை அறிந்த ஆசிரியர்கள் அந்த ஊரின் ஊராட்சி மன்ற தலைவரிடம் இப்படியொரு மாணவி இருக்கிறாள் அவரை எப்படியாவது வெளிச்சத்துக்குக் கொண்டு வரவேண்டும் உதவி செய்யுங்கள் என்று கேட்டிருக்கிறார்கள். அதற்கு அந்த ஊராட்சி மன்றத் தலைவர் சொன்ன பதில் என்ன தெரியுமா? 1330 குறள்தானே சொல்கிறார் மொத்தமாக இரண்டாயிரம் குறளைப் படித்துவிட்டு வரச்சொல்லுங்கள் என்றாராம்.

அதையெல்லாம் கேட்டு சிரிப்பதா அழுவதா என்றே தெரியாமல் தவித்தோம். அதற்காகவே எங்கள் இளந்தூது விழாவின் மூலம் அவரை வெளியுலகுக்கு வெளிச்சமிட நினைத்தோம்.

அப்படித்தான் மாணவி தீபாவும் அவரது ஆசிரியர்கள் இருவரும் ரயிலேறி வந்துகொண்டிருந்தார்கள். அவர்களை அழைத்துவர ரயில் நிலையத்திற்குள் முதன் முறையாக நுழைந்தேன்.

நடைமேடைக் கட்டணம் குறித்து எங்களுக்கு எதுவும் தெரியாது. திறந்து கிடந்த ரயில்தண்டவாளங்கள் மீதேறி ரயில் வந்து நிற்கும் மேடை அருகே நின்றிருந்தபோது, அவர்கள் மூவரும் முகம் மலர வந்திறங்கினார்கள். அவர்கள் வந்துவிட்ட மகிழ்ச்சியில் நாங்கள் ஐவரும் ரயில்நிலைய மாடிப்பாலத்தைக் கடந்து இறங்கிய போதுதான், எங்களிடம் டிக்கெட் கேட்டார் பரிசோதகர்.

காலை 6 மணியிருக்கும். அப்போதுதான் இரண்டு மூன்று ரயில்கள் வந்து நின்றதால் பெரும் கூட்டம் அலைமோதியது.

நாங்களும் பயணம் செய்து வந்திருப்போம் என்று எங்களிடம் டிக்கெட் எங்கேயென கேட்கிறார் பரிசோதகர். சிறப்பு விருந்தினர்களாக வந்திருந்த அவர்களிடம் டிக்கெட் இருக்கிறது. ஆனால், எங்களிடம் நடைமேடை டிக்கெட் இல்லை.

அவர்கள் மூவரையும் நண்பன் நடராஜை அழைத்துப் போகச் சொல்லிவிட்டேன்.

டி.டி.ஆரிடம் நடந்ததைச் சொன்னேன், அவர் ஏற்றுக்கொள்ளவே இல்லை.

கையில் இருந்ததோ இருநூறு ரூபாய். என்ன செய்வதெனத் தெரியவில்லை. அபராதம் கட்டச்சொல்லி கேட்டுக்கொண்டிருக்கிறார். எனக்கு அவமானமாகிவிட்டது.

சிறப்பு விருந்தினர்களை காரில் ஏற்றி தங்கும் விடுதிக்கு அனுப்பிவிட்டு நடராஜனும் வந்துவிட்டான். இருவரும் சேர்ந்து பேசுகிறோம். ஆனாலும் அவர்கள் ஏற்கவே இல்லை. ரயில்வே போலீசார் வேறு விதமாக எங்களைப் பார்த்தார்.

நிலைமையைப் புரிந்துகொண்டு கையில் இருந்த நூறு ரூபாயை அவரிடம் கொடுத்துவிட்டு, அங்கிருந்து வந்தோம்.

கல்லூரி படிக்கும் மாணவனாக பிளாட் பாஃர்ம் டிக்கெட் கூட வாங்கத் தெரியாமல் இருந்த 90 கிட்ஸ்தான் நாங்கள். அந்தச் சம்பவத்தை எப்போது நினைத்தாலும் சிரிப்புதான் வரும். இந்த அறியாமையை இதுவரை யாருக்குமே தெரியப்படுத்தியதில்லை. கவிஞர் விவேகா, நந்தலாலா, மாணவி தீபா என்று எங்களது விழாவே களைகட்டிவிட்டது அன்று. ஆனால் எனக்கு, விடியவிடிய கண்விழித்துவிட்டு, விடிந்தும் விடியாததுமாக டி.டி.ஆரிடம் பெற்ற அவஸ்தைதான் நிழலாடியது.

காலம் கடந்துவிட்டது. இப்போதும் ரயில் நிலையத்திற்குச் சென்றால் அந்த நினைவுதான் முதலில் வரும்.

எவ்வளவு வெள்ளந்தியாக இருந்திருக்கிறோம் என்று நினைக்கத் தோன்றும். வெள்ளந்தி என்று அதைச் சொல்ல முடியுமா? இல்லையில்லை அது அறியாமை. பள்ளிக்கூடத்தில் அது போதிக்கப்பட்டிருக்க வேண்டும்.

ஆனால், அதையெல்லாம் யாருமே சொல்லிக்கொடுக்கவில்லை. திருச்சியிலிருந்து அந்த மூன்று பேருமே நூறு ரூபாய் கட்டணத்தில் வந்துவிட்டார்கள். ஆனால் போகாத ரயில் பயணத்திற்கு நூறு ரூபாய் அபராதம் செலுத்திவிட்டு வந்தேன்.

அதன் பிறகு ஒரேயொருமுறை டிக்கெட் எடுக்காமல் போயிருக்கிறேன் ரயிலில். அதுவும் டிக்கெட் எடுக்காமல் அல்ல, ஆனால் நான் பயணம் செய்தது இரண்டாவது கிளாஸ் ஏ.சி. பெட்டிக்கான டிக்கெட் இல்லை.

அவசரம் அவசரமாக ஏறும்போது எப்படியாவது ஏறிவிட வேண்டும் என்ற நிலையில் ஏசி பெட்டிக்குள் நுழைந்துவிட்டேன். அது இரவு நேரம் என்பதால், பேரிருள் அப்பிக்கிடந்தது.

பல இருக்கைகளில் யாருமே இல்லை. ஆட்களின்றியும் கிடந்தது இன்னொரு பெட்டி.

சரி அங்கேயே உட்கார்ந்துகொள்ளலாம், டிக்கெட் பரிசோதகர் வந்தால் என்ன சொல்வதென்ற அச்சம்.

அவமானப்படுத்தப்பட்டால், மரியாதையை திரும்பப் பெற முடியாதே என்ற கலக்கம். ஆனாலும் தைரியமாகவே அமர்ந்திருந்தேன். கேட்டால் ஃபைன் கட்டிக்கொள்ளலாம் என்ற துணிச்சல் இருந்தது.

ரயிலில் இருந்த அனைவருமே தூங்கிவிட்டிருந்தார்கள். நானும் படுக்கலாம் என்று நினைத்தேன். ஏ.சி.பெட்டியென்பதால் சற்று குளிர் அதிகமாகவே இருக்க, முடங்கியபடி கிடந்தேன்.

சென்னையிலிருந்து சொந்த ஊரான மயிலாடுதுறை நோக்கி ஊரின் நினைவுகளோடு பயணித்துக்கொண்டிருந்தேன்.

செங்கல்பட்டு தாண்டியதும் தூங்க வேண்டும் என்று மனது நினைத்தாலும் ஏதோவொரு பதற்றம் இருந்துகொண்டே இருந்தது.

தூக்கமே இல்லை. நிமிடத்திற்கு நிமிடம் டிக்கெட் பரிசோதகர் வருவது போலவே மிரட்சியோடு பார்த்தேன். பின்பு யாருமில்லையென படுக்கிறேன்.

சில மணி நேரத்திற்குப் பிறகு தூங்கிவிட்டேன். இரவு 2 மணியிருக்கும், திடீரென விழிப்பு வந்தது.

பக்கத்து பெட்டியில் டிக்கெட் பரிசோதகர் பரிசோதனையில் இருக்கிறார். எனக்கு வியர்க்கத் தொடங்கிவிட்டது.

அவர் கிட்டத்தட்ட அரைமணி நேரத்துக்கும் மேலாக அங்கேயே நின்றுகொண்டு பேசிக்கொண்டிருந்தார் வரவில்லை. அதன் பிறகு தூக்கமும் இல்லை. விடிய விடிய மயிலாடுதுறை ஜங்ஷனில் ரயில் வந்து நின்றது. பெட்டியோடு நடைமேடையில் இறங்கிய போதுதான் உயிரே வந்தது.

ஒரு பொய்க்காக என் மனது பட்ட காயங்கள் எவ்வளவு தெரியுமா? அவமானத்திற்காக அஞ்சி நடுங்கி இரவெல்லாம் பதற்றத்துடனும் பயத்துடனும் வந்து சேர்வதற்குள் அப்பப்பா!

அதற்குப்பதிலாக பொதுப்பெட்டியில் கூட்டத்தில் நசுங்கியபடி வந்திருந்தாலும் தூக்கம் மட்டுமே போயிருக்கும் துக்கம் இருந்திருக்காது.

என்னதான் பணம் கொடுத்து ஃபைன் கட்ட நினைத்தாலும் அதை பெரும் அவமானமாகக் கருதினேன்.

பயணங்கள் மகிழ்ச்சியாக இருக்க வேண்டும். இல்லையெனில் அது பயணத்திற்கான இலக்கணமாகவே இல்லாமல் போய்விடும்.

பயணிக்காத ரயிலுக்கு பணம் கட்டியது போலவே இருக்கிறது அவ்வப்போது வாழ்க்கை!

○

மனசும் மனசும்!

11

அவன் மயக்கத்தில் அவளும், அவள் மயக்கத்தில் அவனும் ஊரைவிட்டு ஓடிப்போக முடிவெடுக்கும்போது, அவர்களுக்கு என்னதான் தோன்றியிருக்கும்? எது தூண்டியிருக்கும். சரி அதை காதல் போதையென வரையறுக்கலாமா? காதல் போதையென்பதை கவிஞர்கள் அப்படி மொழிப்பெயர்த்ததே இல்லையே.

அந்தக் கால காதலெல்லாம் மெய் தீண்டா கலையாகவும் வாழ்ந்திருக்கிறதே. அது தூரமாய் இருந்தாலும் போதுமென நினைத்திருக்கிறதே, அது காற்றுவெளியைக்கூட நிரப்பியிருந்ததே. கனவுகளில் காதலை கொள்ளையடித்துக் கிடந்தார்கள். காமத்தின் நெடியேறாத பக்கங்களில்தானே துயில் கொண்டிருந்தார்கள். பழுத்த பனம்பழத்தின் வாசத்தைப் போலல்லவா மணம் வீசிக்கிடப்பார்கள்.

ஆனால் நான் குறிப்பிடும் அந்த இருவரின் காதலை காதல் என்று எப்படிச் சொல்ல முடியும். அதுவும் இரண்டு குழந்தைகளுக்குத் தாயானவளை இழுத்துக்கொண்டு ஓடுவதில் அப்படியென்ன போதையவனுக்கு?

கேட்கும்போதே மனம் பதறுகிறது அல்லவா. ஊடகங்களில் சொல்வதுபோல கள்ளக்காதல் என்று சொல்லலாமா. அப்படி யென்றால் காதலில் என்ன கள்ளத்தனம்? காதல் என்றால் காதல்தானே அது என்ன கள்ளக்காதல்? அதற்கு மற்றொரு பெயர் சூட்டலாமா? தகாத உறவென்று சொல்லலாம்தானே. அப்படித்தான் சொல்ல முடியும். அதன் கோரமுகங்கள் எதற்கும் அஞ்சுவது இல்லை அது அடங்கியபாடும் இல்லை.

ஆறாம் வகுப்பு படிக்கும் மூத்த மகளையும், 4ம் வகுப்பு படிக்கும் இளைய மகனையும் விட்டுவிட்டு, அந்தப் பெண்ணால் எப்படி ஒரு இளைஞனோடு ஓடிப்போக முடிந்தது.

ரமாவும் சின்னப்பிள்ளையும் ஒரே தெருவில் வசிப்பவர்கள். ரமாவுக்கு இரண்டு குழந்தைகள், சின்னப்பிள்ளைக்கு திருமணம் ஆகவில்லை, ஆனால் இருவருக்குமான உறவு, திருமணம் பந்தம் போல தொடர்ந்தபடியே இருந்திருக்கிறது பல ஆண்டுகளாய்.

ஒருகட்டத்தில் குடும்பம் மறந்து, குழந்தைகளை மறந்து திருப்பூருக்கு ஓடிச்சென்றுவிட்டார்கள். கணவன் மனைவியாக வாழ நினைத்த, அந்த வாழ்க்கை ஒரே மாதத்தில் கசந்து போனது.

தனி வீடு எடுத்து, அங்கிருந்த பனியன் கம்பெனியில் வேலை பார்த்து வந்த இருவருக்குள்ளும் கருத்து மோதல் வந்து ஒரே மாதத்தில், மீண்டும் ஊருக்கே திரும்பிவிட்டார்கள்.

எல்லா ரகசியங்களையும் தனக்குள்ளேயே புதைத்துவைக்கும் நகரத்தைப் போல் அல்ல கிராமங்கள்.

யார் வீட்டில் என்ன நடந்தாலும் தெரிந்துவிடும். ஓடிப்போன நாள் முதலே அந்த வீட்டை ஏளனமாகப் பார்த்தவர்கள் அதிகம். அந்தக் குழந்தைகளுக்கு மனம் எப்படி வலித்திருக்கும்.

வெளியில் முகம் காட்ட முடியாமல் துடித்துக்கிடந்தது எவ்வளவு ரணம். தன் அம்மாவை இனிமேல் பார்க்க முடியாதா என்ற ஏக்கத்தில் அவர்கள் அழுது அழுது கண்களெல்லாம் வீங்கியிருக்காதா?

பள்ளிக்குப் போகும்போது எத்தனை அவமானங்களைச் சந்தித்திருக்க நேரிடும். அதையெல்லாம் அவர்களது தாய் ரமா நினைத்துப் பார்க்காமலேயே ஓடிப்போனார்.

குழந்தைகளையும் கணவனையும் கூனிக்குறுகச் செய்துவிட்டு அப்படியென்ன வாழ்க்கை வேண்டியிருக்கிறது?

வீட்டைவிட்டு ஓடிப்போன மனைவி வீடு வந்ததும் அவரது கணவர் ஏற்றுக்கொண்டுவிட்டார். அந்த இளைஞன் சின்னப்பிள்ளைக்கும் இப்போது திருமணம் நடந்துவிட்டது. ஆனால் ஏதோவொன்று தவறாக முடிந்திருந்தால், அது எங்கே போய் முடிந்திருக்கும்?

தந்தி டிவி-யில் பணியில் இருந்தபோது வழக்கு என்ற கிரைம் நிகழ்ச்சி சுமார் ஆயிரம் எபிசோடுகள் எழுதியிருக்கிறேன்.

சந்தேகக் கொலைகளும், தகாத உறவுகளால் குடும்பங்கள் சின்னா பின்னமாவதையும் ஆவணப்படங்களாய் செதுக்கியிருக்கிறேன்.

ஓட ஓட வெட்டி சாய்க்கப்பட்டும், அம்மிக்கல்லால் தலை நசுக்கப்பட்டும், அருப்பு அரிவாளால் கழுத்தறுக்கப்பட்டும், மண் வெட்டியால் வெட்டப்பட்டும் குத்துயிரும் குலை உயிருமாக ரத்த வெள்ளத்தில் கிடந்த உயிர்களைப் பார்த்திருக்கிறேன்.

அப்படியென்றால் அந்த உறவு அதையெல்லாம் செய்து முடிக்குமா? நிச்சயமாக பல சான்றுகள் இருக்கின்றன. அபிராமி என்ற பெயர் நினைவில் இருக்கிறதா, தனது மகனையும் மகளையும் விஷம் வைத்துக்கொன்றுவிட்டு, பிரியாணிக்கடைக்காரனுடன் ஓடிப்போன அந்த நிகழ்வை மறந்திருக்க முடியாது நீங்கள்.

பத்து மாதங்கள் சுமந்து, பத்தியம் இருந்து, தாலாட்டி, சீராட்டி வளர்த்த குழந்தைகளை ஒரு தாய் கொலை செய்ய முடியுமா?

கவிஞர் வைரமுத்து தனது தாயைப் பற்றிய கவிதையில் சொல்லும்போது வைகையில ஊர் முழுக, வல்லூறும் சேர்ந்தழுக, கைப்பிடியா கூட்டிவந்து, கரை சேர்த்துவிட்டவளே என்றல்லவா தன் தாயைப் புகழ்ந்து தள்ளியிருப்பார்.

உண்மைதானே... பெற்ற பிள்ளைகளுக்காக தன் உயிரையும் கொடுப்பவள்தானே தாய்.

ஒரு மான் குட்டி நீரோடையில் அக்கரையை நோக்கி நீந்திச் செல்கிறது எதிர்பாராத விதமாக எங்கிருந்தோ வரும் ஒரு முதலை அதை விழுங்குவதற்காக ஓடிவருகிறது. அதைக்கண்ட தாய்மான், முதலையிடமிருந்து தன்னுடைய குட்டியைக் காப்பாற்ற, தானே சென்று அதன் வாய்க்குள் மாட்டிக்கொள்கிறது. அடடா விலங்குகளுக்கே அப்படியொரு குணம் இருக்கிறதே, அப்படியானால் உலகத்திலேயே தலை சிறந்த உறவு தாயாக மட்டும்தானே இருக்க முடியும்!

அதையெல்லாம் மறந்து ஒரு தாயால் எப்படி ஓடிப்போக முடிகிறது? குழந்தைகளைக் கொலை செய்ய முடிகிறது? குழந்தையையே ஒரு காதல்

கொலை செய்ய துணியுமென்றால், அந்த உறவு எப்படிப் புனிதமாகும்? அது எப்படிக் காதலாகும், அங்கு இச்சைதானே இருக்கிறது.

ஒருவேளை சம்பந்தப்பட்ட அந்த ஆண் கொடுக்கும் தைரியமாக இருக்கலாமா? பிள்ளைகளை விட்டுவிட்டு ஓடிப்போனால் தனியாக தவிப்பார்கள். ஆகையால் அவர்களைக் கொன்றுவிட்டுச் செல்லலாம் என்று அந்த முட்டாள் மூளை மதிகெட்டு யோசித்திருக்குமோ?

அந்த ஆள் போல முகஜாடை இருக்கிறது, நமக்கென்று ஒரு குழந்தை பெற்றுக்கொள்வோம். அவர்களைக் கொன்றுவிட்டுப் போய்விடலாம் என்று அந்த ஆண் திமிர் கொடுத்த தைரியமாக இருக்கலாம் அல்லவா? எங்கே தடுமாறுகிறாள் பெண்.

இன்றைக்கு, சமூக பரவலாகவே மாறியிருக்கிறது தகாத உறவுகள்.

கூட்டுக்குடும்பங்கள் இருந்தபோது குடும்ப அமைப்புகள் சிதையாமல் இருந்ததை அனைவரும் ஏற்றுக்கொண்டுதான் ஆகவேண்டும். ஆனால் இன்றைய இயந்திர வாழ்க்கையில் பல கணவன் மனைவிக்கு இடையே பெரும் விரிசல் இருக்கவே செய்கிறது.

வீட்டில் தனியாக இருக்கும் பெண்களிடம் ஒரு செல்போன் இருந்தால் அவர்களில் சிலர் தடம் மாறுவதற்கு நிறைய வாய்ப்புகள் இருக்கின்றன. ஆண்களும் அப்படித்தான் பணி செய்யும் இடங்களிலேயே ஈர்ப்பின் விதிகளில் மாட்டிக்கொண்டு மடைமாறிப் போகிறவர்களும் இருக்கிறார்கள்.

ஒருவருக்கொருவர் பேசிக்கொள்ளவே நேரம் இருப்பதில்லை என்பதைவிட, பேசுவதற்கான முயற்சிகளில்கூட ஈடுபடுவதில்லை என்பதே கசக்கும் உண்மை. கைப்பேசி வந்துவிட்ட பிறகு அதன் மீதான காதலால் பல குடும்பங்கள் சிதைந்து போனதைக் கண்கூடாகப் பார்க்கிறேன்.

காதலுக்கும் தகாத உறவுக்கும் நிறைய வித்தியாசங்கள் இருக்கின்றன. காதல் என்பது முற்றிலும் வேறு, அது வேறொரு உணர்வு. அங்கே ஹார்மோன்களே, ஈர்ப்பு விதியை கற்பிக்கின்றன.

தனியறையில் செல்போன் தீண்டுவதும், காது சூடேற முத்தங்கள் வாங்குவதும், மணிக்கணக்கில் பேசித்தீர்ப்பதும் காதலுக்கே உரித்தான உடமை. காதல் தனித்தீவுக்குள் காதலர்கள் நுழைத்துவிடும்போது மற்றவர்கள் அவசியமில்லை.

நாமெல்லாம் இதயத்தைத்தான் காதலின் பொக்கிஷமாக தரிசிக்கிறோம். ஆனால் மூளைதான் காதலுக்கான உந்துதல் என்கிறது

அறிவியல். காதல் வயப்படும்போது நம் மூளையின் சுமார் 12 பகுதிகள் பொறுப்பாக வேலை செய்கிறதாம்.

டோபமைன் என்ற ஹார்மோனே மனதுக்கும் மனதுக்குமான தொடர்புகளை தூண்டிவிடுகிறதாம். பாலின கவர்ச்சிக்கு செரோடின் என்ற ஹார்மோனும் நீடித்த அன்புக்கும் நிலைத்த உறவுக்கும் ஆக்சிடோசின், வாசோஃபிரசின் உள்ளிட்ட ஹார் மோன்களும் உதவுகின்றனவாம்.

உயிரினங்களின் தோற்றத்தில்தான் உலகமே இயங்கிக் கொண்டிருக்கிறது. ஒவ்வொரு மனிதனுக்குள்ளும் ஆழப்பதிந்த காதல்கள், அகத்துக்குள் ஒளிந்துகிடப்பதை யாராலும் மறுத்துவிட முடியாது. சுதந்திரப் பறவைகளாய், தங்களுக்கென்று ஒரு உலகம் அமைத்துக்கொண்டு சுற்றித்திரியும் காதல் பறவைகள், வாழும் விதமே வேறு.

மண்டையைப் பிளக்கும் உச்சி வெயில்கூட, காதல் ஜோடிகளுக்கு குளிர்ச்சிக் கூடாரமாய் மாறிப்போவதுதான் அதிசயம். கடற்கரை மணல்வெளியெங்கும் காதலர்கள் கிசுகிசுக்கும் அலாதியான அன்பு மழை, எப்போதுமே நின்றபாடில்லை.

யாரைப் பற்றியும் சிந்திக்க விடுவதே இல்லை காதல். தன் காதலியையோ, காதலனையோ பற்றிக்கொண்டு நடக்கும்போது, இந்த உலகமே தன் வசம் வந்துவிட்டதான உணர்வுகளில் நுழைந்து விடுகிறார்கள். மனதுக்கும் மனதுக்கும் நடக்கும் போராட்டங்களில் பெரும் கலவரத்தை உண்டு பண்ணிவிடுகிறது காதல்.

மனித உணர்வில் ஜில்லிட்டுப் படர்கிற காதலுக்கு வகைகள் இருக்கிறதாம்.

24 மணி நேரம்கூட பத்தாமல், காதலித்துக்கொண்டே இருக்கும் காதலர்களுக்கு டோபமைன், செரோடீன், ஆக்சிடோசின், வாசோஃபிரசின், உள்ளிட்ட ஏராளமான ஹார்மோன்களே அவர்களுக்கு உற்சாகமும் ஊக்கமும் தருவதாகச் சொல்கிறது ஆய்வு.

மீன்கள்கூட தன்னுடைய துணையைத் தேடி ஓடுவதற்கு காரணம் இருக்கிறது. மீன்கள் மட்டுமல்ல விலங்கினங்களின் காதல் சேட்டைகளுக்கும் முடிச்சு போடுகிறது ஹார்மோன்கள்.

மீன்கள் தண்ணீரில் சுரந்துவிட்டுச் செல்லும் பெரோமோனஸ் என்ற வேதிப்பொருளால் அதனுடைய துணையை வாசனையைக் கொண்டே கண்டுபிடித்து விடுமாம்.

மீன்கள் மட்டுமல்ல மற்ற விலங்குகளிடமும் இத்தகைய குணம் இருக்கின்றது.

வாசனையை வைத்தே ஈர்ப்பு வருவது விலங்குகளிடத்தில் சாத்தியப்பட்டாலும், மனிதர்களிடத்திலும் அப்படியான உணர்வுகள் வருகிறதா என்ற ஆய்வு இன்னும் சரியாக மெய்ப்பிக்கப்படவில்லை. ஆனாலும் இது மனிதர்களிடத்திலும் ஒத்துப் போவதாகக் கூறப்படுகிறது.

2004ம் ஆண்டு நடத்தப்பட்ட ஓர் ஆய்வில், தாய்-சேய் காதலின் போது மூளையின் பெரிஅக்விக்டல் க்ரே மேட்டர் எனும் பகுதியில் தாய்-சேய் உறவுக்கு அடிப்படையான பகுதிகள் தூண்டப்படுவது கண்டறியப்பட்டது.

ஒரு தாய்க்கும் மகனுக்கும், அல்லது ஒரு அண்ணனுக்கும் தங்கைக்குமான உறவில் இச்சை என்பது எள்ளளவும் கிடையாது என்பது அறிவியலின் உண்மை.

உடலில் சுரக்கும் டெஸ்ட்ரோஜன் மற்றும் ஈஸ்ட்ரோஜன் என்கிற ஹார்மோன்கள் மனிதர்கள் பிறந்ததிலிருந்தே உடலில் இருந்தாலும் பருவ வயதில் நமக்குரிய பெண் அல்லது ஆணை பக்கத்தில் சந்திக்கும் போதுதான் விழித்துக்கொள்கின்றனவாம். அப்போது இதயத்தில் தோன்றும் மின்னல் வெட்டுதான் காதலில் முடிகிறது என்கிறார்கள்.

பொதுவாக காதல் வாய்த்த இளைஞர்கள் காதலில் திளைத்து, ஒரு கட்டத்தில் காதல் கசந்து போவதற்கான காரணங்களையும் அறிவியல் ஆய்வாளர்களே முன் மொழிகிறார்கள்.

இளமை ஊஞ்சலாடுகிற வயதில் தொடங்கி, முதுமை தாலாட்டுகிற வயது வரை நம் வாழ்வில் நிறைந்திருக்கும் காதல் ஒரு அடிப்படையான உணர்வு மட்டுமல்ல அறிவியலும் கூட.

ஆதியிலிருந்து அந்தம் வரை காதலில் தொலைகின்றது உயிர்கள். ஆனால் சமீபகாலமாய் தகாத உறவுகளில் தொலைந்து போகிறவர்கள் அதிகம் என்றாகிவிட்டது.

◯

காதலில் நில்... கவனி... செல்!

வகுப்பறையைவிட்டு வெளியே வரும் வரை அவளது கண்கள் தீண்டியே செத்துப் போனேன். வீட்டுப்பாடம் எழுதிவரச் சொன்ன நோட்டின் அனைத்து பக்கங்களிலும் எனது பெயரையே ஸ்ரீராமஜெயம் போல எழுதி வந்திருந்தாள்.

எல்லா மாணவர்களுக்கும் முன்பாக அவளை அடிக்கவும் மனமில்லை. கண்டிக்கவும் வழியில்லை. அவள் பார்வையில் எனை மொத்தமாக விழுங்கியிருந்தாள். அந்தக் கண்களில் இருந்த ஏக்கத்தைக் காதலென அறிவேன். ஆனாலும் என்ன செய்ய, அவளுக்கு ஆசிரியராய் இருந்தேன் டுடோரியல் சென்டரில்.

கல்லூரி முதலாமாண்டு படிக்கும்போது மாலை நேரத்தில் அங்குள்ள டுடோரியல் சென்டரில் பகுதி நேர வேலைக்குச் சென்று வந்தபோதுதான் அது நடந்தது.

சரியாக இரண்டாவது வாரத்தில் அவளது காதலைச் சொன்னாள். என்னைக் கண்களால் தின்றாள்.

_12_

அங்கு வந்திருப்போர் எல்லாம் வயது கடந்து படிக்க வந்தவர்கள்தான். நேரடியாக பத்தாம் வகுப்பும் பனிரெண்டாம் வகுப்பும் தேர்வெழுதக் கூடியவர்கள்.

அப்படியான ஒருத்'தீ' தான் நசிமா. (பெயர் மாற்றப்பட்டுள்ளது) அவளின் காந்தவிழிப் பார்வையில் விழாமல் இருக்க முடியாது. எனக்கு அப்போது 22 வயது, அவளுக்கு 17.

வகுப்பறையில் பாடம் எடுத்துக்கொண்டிருக்கும்போது பார்வையாலேயே கொத்திக்கொண்டிருப்பாள்.

மாணவர்கள் எல்லோரும் ஒருமாதிரியாகப் பார்த்தார்கள் அவளின் செய்கைகளை. பகுதி நேர வேலையில் கிடைக்கும் சம்பளத்தை வைத்துத்தான் அடுத்த செமஸ்டருக்கான தொகையைக் கட்டலாம் என்று நினைத்திருந்தேன். ஆனால், அவள் என் வேலைக்கே உலைவைக்கும் வேலையைச் செய்துகொண்டிருந்தாள்.

ஒருகட்டத்தில் அவளைத் தனியாகக் கூப்பிட்டுப் பேசினேன். சூழலை விவரித்தேன். ஆனாலும் அவள் கேட்பதாக இல்லை. இஸ்லாமிய பெண் வேறு. காதல் கத்திரிக்காய் அதெல்லாம் சரிப்பட்டு வராது என்று எவ்வளவோ எடுத்துச் சொன்னேன். ஆனாலும் அவள் அதையெல்லாம் காதில் வாங்கவே இல்லை. வசதி படைத்த பெண்; ஒரே மகள்; செல்லமாக வளர்ந்தவள்.

பார்ப்பதற்கு பள்ளி மாணவியைப்போல இருக்க மாட்டாள். கல்லூரி மாணவியைப்போல இருப்பாள். என்ன சொல்லியும் அவள் கேட்கவில்லை, அது தொடர்ந்தால் நானும் கூட விரும்பினாலும் ஆச்சர்யப்படுவதற்கில்லை என்று, அடுத்த நாளில் இருந்து அந்த டுடோரியல் பக்கம் போகவில்லை.

என் மீது நம்பிக்கை வைத்திருந்த டுடோரியல் சென்டர் உரிமையாளரின் நம்பிக்கையை காப்பாற்ற, அவள் என்மீது வைத்திருந்த நம்பிக்கையைத் தகர்த்தேன்.

பின்னொரு மழைக்காலத்தில் அவளை ஏதேச்சையாகப் பார்க்க நேரிட்டது ஒரு பொருட்காட்சியில். மயிலாடுதுறை பியர்லஸ் தியேட்டர் அருகில் வருடந்தோறும் முழுக்கு திருவிழாவுக்காக போடப்படும் அந்த பொருட்காட்சியில் அவளை நேருக்கு நேராகச் சந்தித்தேன். பர்தா போட்டிருந்தாள். அவளது கண்களை வைத்துக் கண்டுபிடித்துவிட்டேன். எனைப் பார்த்ததும் அழத்தொடங்கிவிட்டாள். கண்கள் கசிந்து கண்ணீராய் பெருக்கெடுத்தது அவளுக்கு.

அவளிடம் சென்று பேசுவதற்கு தைரியமற்றவனாய் தடுமாறினேன். பேசவும் கூடாதென விருட்டென்று அந்த இடத்தை விட்டு நகர்ந்தேன்.

அதன் பிறகு அவள் என்னை தேடியிருக்கக்கூடும். சிறிது காலம் கழித்து மறந்திருக்கவும் கூடும்.

நான் எடுத்த முடிவு சரியென்றே நினைத்தேன். ஆசை வார்த்தைகளை பேசி அவளை மதிமயக்கக் கூடாது என்பதில் தெளிவாக இருந்தேன். அதற்கு எனது குடும்ப வறுமையும் வீட்டுக்குத் தலைப்பிள்ளை என்ற பொறுப்பும் பிரதானமாய் இருந்ததே காரணம். மற்றபடி அவளைப் பிடிக்காமல் இல்லை. நான் நழுவிக்கொண்டது பின்வரும் நாட்களில் சரியென்றே ஆனது.

ஏதோவொன்றை விட்டு விலக நேரிடும்போதோ, அல்லது அது கிடைக்காமல் போகும்போதோ அதுவும் நன்மையாகவே இருக்கும் என்று நம்பியிருக்கிறேன்.

சிலவற்றுக்காக ஏங்கி அழுது வீங்கியதை இப்போது நினைத்தாலும் சிரிப்புதான் வரும்.

என் பேராசிரியர் ஒருவரது வாழ்க்கையில் நடந்த கதையிலும் சுவாரஸ்யமும் வலியும் சேர்ந்தே கவிழ்ந்திருந்தன.

ஒருநாள் திடீரென எனது செல்போன் அழைப்பில் வந்தவர், ‘உமா எப்படி இருப்பாள் தெரியுமா அன்பு! கல்லூரியே அவள் பின்னால்தான் நிற்கும், அவள் பார்வையைக் கண்டால் சொக்கும். தளிர்மூடிய வனம்போல் இருப்பாள். மழைப்பூவைப் போலவே சிரிப்பாள்’ என தன் பழைய காதலியைப் பக்கம் பக்கமாய் வர்ணித்து சிலிர்த்தார் பேராசிரியர்.

எதேச்சையாக நண்பர் ஒருவர் மூலம் அவளது கைபேசி எண் கிடைத்து அவளைத் தொடர்புகொண்டு பேசினேன் அன்பு, கிட்டத் தட்ட முப்பது ஆண்டுகளுக்குப் பிறகு அவளின் தேன்குரல் கேட்டு பறந்தேன் என்றார்.

இருவருக்குள்ளும் அடர்ந்த பழைய நினைவுகளை அள்ளிக் கொட்டியபடியே இருந்தவர் ஐம்பது வயதைக் கடந்தும் அவளது சிரிப்பு அப்படியே இனிக்கிறது என்றார். விரைவில் அவளைச் சந்தித்துவிட்டு, மீதியைச் சொல்கிறேன் என்று தனது அழைப்பை துண்டித்துக்கொண்டார்.

ஐம்பது வயதைக் கடந்த பிறகும் காதலியின் முகம் பார்க்கத் தவிக்கும் அந்த ஆழமான காதலைக் கண்டு ரசித்தேன். ஆனாலும் அது தவறென்று நினைத்தேன்.

தனக்கென குடும்பம் குழந்தைகள் என வந்துவிட்ட பிறகு, ஏன் தேவையில்லாத குழப்பம் என்று நினைக்கத் தோன்றியது.

ஆனாலும் அவரிடம் அதைச் சொல்லவில்லை.

தோற்றுப்போன எல்லா காதலும் கடைசியாக ஒருமுறையேனும் அவளையோ அவனையோ பார்க்கவே நினைக்கும். வாழ்க்கையின் ஓட்டத்தில் அடிக்கடி நினைக்கவில்லையென்றாலும் அவசியம் வரும்போதெல்லாம் நெஞ்சோரம் பழைய காதல் ததும்பாமல் இல்லை.

என் பேராசிரியருக்கும் அப்படித்தான்.

பேரப்பிள்ளை எடுத்த பிறகும் வாலிபத்தின் பிரிவினை மறப்பது முடியாதுதான் போலும்.

சில தினங்களுக்குப் பிறகு பேராசிரியரிடமிருந்து அழைப்பு வந்தது.

காதலியைச் சந்தித்ததை நெகிழ்ச்சியுடன் பகிர்வார் என்று நினைத்தேன், ஆனால் அழுதார்.

என்ன நடந்தது என்று நான் கேட்டுக்கொண்டே இருக்க, அவர் சொன்னது அதிர்ச்சியாகவும் ஆழமாக சிந்திக்கவும் தூண்டியது.

தனது வீட்டிலிருந்து பத்து கிலோமீட்டருக்குள்ளாகவே வசித்திருந்த காதலியின் முகவரி கேட்டு சிலாகித்து, அவரை நேரில் சந்திக்க, பழைய காதலனாகவே நடை உடையெல்லாம் மாற்றிக் கொண்டு போயிருக்கிறார்.

ஆனாலும் அவர் பழைய உமாவை அங்கு சந்திக்கவில்லை. மொட்டையடிக்கப்பட்டு, மேனியெல்லாம் சுருங்கி, வயோதிகத்தின் பிடியில் இருந்த உமாவைப் பார்த்து கண்கள் கலங்கியிருக்கிறார்.

என்ன ஆச்சு உமா? என்று கேட்டிருக்கிறார்.

சிறு புன்னகையோடு சிறிது நேர மௌனத்துக்குப் பிறகு, தப்பிச்சிட்டோம்னு நினைக்கிறியா என்று கேட்டிருக்கிறார் உமா.

அதற்குப் பதில் சொல்ல முடியாமல் தவித்திருக்கிறார் பேராசிரியர்.

சரி உமா உனக்கு என்னதான் ஆச்சு? என்று அவர் திரும்பத் திரும்ப கேட்ட பிறகே, புற்று நோயால் பாதிக்கப்பட்டு தனக்கு இறுதி நாள் குறிக்கப்பட்ட செய்தியை மகிழ்ச்சியாகவே சொல்லியிருக்கிறார் உமா.

சாதிய காரணங்களால் சேராமல் போன காதலை இப்போது நினைத்து என்ன செய்ய முடியும் அவரால்?

அவளைச் சந்தித்துவிட்டு வந்துவிட்டேன் அன்பு, ஆனாலும் அவள் கேட்ட கேள்வியை மறக்கவே முடியாது.

தப்பிச்சிட்டோம்னு நினைக்கிறியா? என்ற அவளது கேள்வியில் ஆயிரம் அர்த்தங்கள் இருப்பதாகச் சொன்னார்.

உண்மைதான்!

எதார்த்தமான கேள்விதான் ஆனாலும் அதில் உண்மை இருக்கவே செய்கிறது. விரும்பியது கிடைக்காமல் போனதற்கும் விரும்பாமல் கிடைப்பவற்றுக்கும் ஏதேனும் சம்பந்தம் இருக்கும் என்றே நம்புவேன்.

வாழ்க்கையில் எவை எவை எப்போது கிடைக்குமோ அப்போதுதான் கிடைக்கின்றன. சிலவற்றிலிருந்து தப்பிவிட்டோம் சிலவற்றிலிருந்து தவிர்க்கப்பட்டோம் என்று கவலைப்படுவதில் அர்த்தமில்லை என்றே நினைக்கிறேன்.

○

அம்மாவும் நானும்!

எனக்குச் சரியாக நினைவிருக்கிறது... என் பால்ய வயதில் ஒரு நாள் என் அம்மாவின் வயிற்றில் என் தங்கை கருவுற்றிருப்பது தெரியாமல் ஏன்மா இவ்வளவு சாப்பிட்ட? என்று அறியாமையில் நான் கேட்ட கேள்விகளை இன்றும் சொல்லிச் சிரிப்பாள் அம்மா.

13

அம்மாவின் பிரசவம் முடியும் வரை நான் எங்கள் பாட்டி வீட்டுக்கு அழைத்துச் செல்லப்பட்டிருந்தேன். இரண்டு நாட்கள் கழித்து வீட்டிற்குச் சென்று பார்த்தபோது என் அம்மாவோடு ஒரு குழந்தை தூங்கிக் கொண்டிருந்தது. அவள்தான் என் தங்கையென்று எனக்கு அப்போது தெரியவில்லை. என் அம்மாவிடம் யார் இந்தக் குழந்தை என்று கேட்க, என் அம்மாவும் தெருவில் விற்றார்கள் தவிட்டுக்கு வாங்கி வந்தேன் என்று சொல்ல, இனிமேல் இந்தக் குழந்தை நம்ம வீட்டில்தான் இருக்கும் என்றதுமே அழ ஆரம்பித்தவன்தான், நிறுத்தவே இல்லை. நான் அழ, தூங்கிக்கொண்டிருந்த என் தங்கை அழ, அம்மாவுக்கு உரிமை கொண்டாடின அந்த நாளை எப்போது நினைத்தாலும் சிரிப்பு வரும்.

ஏது இந்த குழந்தை என்று அன்று கேட்டேனே அதே வார்த்தை, இன்றும் தொடர்கிறது. என் தங்கையை எல்லோருமே குழந்தை என்றுதான் செல்லமாக அழைக்கிறோம் இன்றுவரை.

ஒரு மதியவேளையில் பள்ளிக்கூடத்தில் சத்துணவோடு போடப்பட்ட முட்டையை, யாருக்கும் தெரியாமல் வாயில் வைத்து அழுத்திக் கொண்டு வெளியில் வந்து, பள்ளிக்கூடத்தெரு ராசைய்யா வீட்டருகே இருந்த அந்த வாய்க்காலில் முட்டையை கழுவி, அம்மாவுக்கு எடுத்துச் சென்ற நினைவுகள் இன்னும் நெஞ்சுக்குள் நெகிழ்ச்சி மழை தூவுகிறது.

சிறிய வாயில் அவ்வளவு பெரிய முட்டையை சத்துணவு டீச்சருக்குத் தெரியாமல் மறைத்து வெளியில் எடுத்துவந்து, அதை வீட்டுக்குக் கொண்டுபோய் சேர்க்கும் வரை முட்டையின் ருசியை என் நாசிக்குள் கடத்தாமல், பசியோடு இருக்கும் அம்மாவுக்காக அதைக் கொண்டு சென்றிருக்கிறேன்.

எனது ஆசையைவிட அம்மாவின் பசியே என் நெஞ்சுக்குள் தனலாய் தகித்தது. அப்படி எடுத்துச் சென்ற முட்டையைப் பார்த்த அம்மா, கண்ணீரோடு அதை எனக்கே ஊட்டி மகிழ்ந்தார்.

அது மூன்றாம் வகுப்போ அல்லது நான்காம் வகுப்போ படித்துக் கொண்டிருந்த காலம் என்று நினைக்கிறேன்.

சோறாக்கத் தெரியும், ஆக்கிய சோற்றை அப்படியே பரிமாறத் தெரியும், திண்ணைகளை சாணமிட்டு மெழுகத்தெரியும் வேறென்ன தெரியும் உனக்கு என்ற அப்பாக்களின் கேள்விகளுக்கு பதில் கூறியே காலம் தள்ளும் அம்மாக்கள் ஏராளம் கிராமங்களில்.

காரை வீடுகள் வந்து விட்டதால் என்னவோ, திண்ணை மெழுகுவதை தவிர, மற்றவையெல்லாம் அவர்களின் அன்றாடத் திலிருந்து மாறியதாக தெரியவில்லை.

முருங்கை இலை மட்டுமே இருந்தாலும் அதை மணக்க மணக்க ஆக்கிக்கொடுக்க அம்மாவுக்கு மட்டுமே தெரிந்தது.

பள்ளிக்கூடம் விட்டு வீடு சென்ற பிறகு புத்தக மூட்டையை வீட்டில் வைத்துவிட்டு, சேறண்டிக்கிடக்கும் வரப்பினூடே, நடவுக்கு சென்றிருந்த அம்மாவைத்தேடி கிழக்குக்கரை பனங்கரையோரம் வரை அலைந்திருக்கிறேன்.

வழுக்கியோடும் பாதைகளில் விழுந்து எழுந்து, நடவு நடும் கும்பலில் புடவையை வைத்தே, அம்மாவை அடையாளம் கண்டிருக்கிறேன்.

எனைப் பார்த்ததும் ஓடி வந்து, முந்தானையில் முடிந்து வைத்திருந்த பட்சணத்தை ஆசையாய் ஊட்டும்போது, அம்மாவுக்கு ஊற்றெடுக்கும் கண்ணீரைப் பிஞ்சுக் கைகளைக்கொண்டே துடைத்திருக்கிறேன்.

இருட்டும் நேரம் வரை எனை வரப்பில் அமரவிட்டு குனிந்தபடி நடவு நட்ட அம்மா முழுவயலையும் நட்டு முடித்த பிறகே நிமிர்ந்து பார்ப்பார். அதன் பிறகே வீடுவந்து சேர்வோம்.

நாளொன்றுக்கு வெறும் 30 ரூபாய் கூலிக்காக அம்மா பட்ட கஷ்டங்களை எப்போது நினைத்தாலும் கண்ணீர் வரும். இன்றைக்குச் சொந்த நிலத்தில் ஆள் வைத்து வேலை செய்கிறார் அம்மா. ஆனாலும் பழைய காலத்தின் வலி நிறைந்த வாழ்வியலிலும் கூட வே ஒட்டியிருந்த மகிழ்ச்சியை தேடிக்கொண்டிருக்கிறோம் இப்போதும்.

வாழ்க்கைக் கடலில் நாம் எங்கே நீந்த வேண்டும் எப்படி வாழவேண்டும் என்பதையெல்லாம் காலமே தீர்மானிக்கிறது என்பது என் வாழ்க்கையில் இருந்தே கிடைத்த படிப்பினை.

கல்லூரி படிப்பு வரை கிராமத்தையும் என் அம்மா அப்பாவையும் தம்பி தங்கைகளையுமே நேசித்த எனக்கு, அங்கிருந்த அழகிய வாழ்க்கையை இழப்பதற்கு மனமில்லை. ஆனாலும் வீட்டிற்கு முதல் பிள்ளையாய் தூக்கிச் சுமக்கவேண்டிய கடமைகள் மலையளவு இருந்ததால் வேலை தேடி வெளியூர் செல்ல மனமில்லாமல் உள்ளூரிலேயே வேலை தேடி அலைந்தேன். ஆனாலும் கிடைக்கவில்லை.

திருச்சியில் உள்ள ஒரு நிறுவனத்திற்கு ஆட்கள் தேவையென்ற விளம்பரத்தைப் பார்த்து அங்குமட்டும் செல்லலாம் என்று நினைத்தேன். அதற்கும் காரணம் இருந்தது. நான் வாழ்ந்த மயிலாடுதுறைக்கும் திருச்சிக்கும் இடையே மூன்று மணி நேர பயணம்தான் ஆகையால் வேலைக்குச் சென்றாலும் அடிக்கடி ஊருக்கு வந்துவிடலாம் என்று நினைத்திருந்தேன்.

அம்மா, அப்பா, குடும்பம், இயற்கை எழில் சார்ந்த வாழ்க்கையை முற்றாகத் துறப்பதற்கு மனதே இல்லை. ஆனாலும் வேறு வழியில்லை.

பிறந்த மண்ணான மயிலாடுதுறையில் அப்போது பெரும் தொழில்கள் ஏதும் கிடையாது. தொழிற்சாலைகளும் இருக்காது. வட்டிக்கடைகள் தெருவுக்கு ஒன்றிருக்கும். வேலை வாய்ப்புகளுக்கும் வழி இருக்காது. இரண்டு மூன்று ஜவுளிக்கடைகள் வேண்டுமானால் அதிகரித்திருக்கலாம். நகைக்கடைகள் பெருகியிருக்கலாம். சூப்பர் மார்க்கெட்டில் பில்போடும் கனவுகளோடு கல்லூரிக்குச் செல்லும் ஏழைக் குழந்தைகள் அதிகம்.

கட்சிக்காரன் வீட்டுக்கு வீடு இருப்பான். காரைக்கால் சென்று வேலை பார்க்கலாமா? திருப்பூர் பனியன் கடைக்கு வேலைக்குப் போகலாமா, கடலூர் சிப்காட்டில் வேலையிருக்கிறதா? சென்னைக்குத்தான் போயாக வேண்டுமா, அல்லது திருச்சி வாழவைக்குமா என கணக்குப்போடும் பட்டதாரிகள் அதிகம். விவசாயம் மட்டுமே வேர். அதைத்தாண்டி வருமானதிற்கு வழியில்லை. ஒவ்வொரு வீட்டிலும் இருந்த படித்த இளைஞர்கள் பல்வேறு நகரங்களுக்கு சென்று பொருள் ஈட்டியதை வைத்துதான் முன்னேற்றமே.

ஆறுமாதம் விவசாயம் நடந்தால் ஆறுமாதம் அரைவயிறு நிறையும். ஆனால் மற்ற தேவைகளுக்கும் பெருகிவிட்ட விலைவாசி உயர்வுக்கும் பதில் சொல்ல முடியாமல் விக்கி நிற்பார்கள். ஒவ்வொரு வருடமும் புயல் வரும் நட்டுவைத்த மரங்களையும், நடவு நட்ட வயல்களையும் காவு வாங்கும், அல்லது நிலம் காய்ந்து கெட்டழியும்.

பார்ப்பதற்குப் பச்சைப் பசேலென விளைந்திருக்கும் நிலத்தின் குருதியில் ஒவ்வொரு விவசாயிகளின் வியர்வையும் சேர்ந்தே இருக்கிறது. புயல் மழைகளுக்குத் தப்பிப்பிழைத்த விளைச்சலை ஆறுமாதம் கழித்து அறுத்துப்போட்டால், சரியான விலை கிடைக்காது. ஆயிரத்தெட்டு சுப நிகழ்வுகளுக்கு மொய்யெழுதவே நேரமும் பணமும் சரியாக இருக்கும். வீட்டைச் சுற்றி அவர்கள் நட்டுவைத்த தென்னையும், மாவும், முருங்கையும்தான் பல நேர சாப்பாட்டுக்கு வழிகொடுக்கும். ஏதோ கதை சொல்வது போல இருக்கிறதல்லவா? இது ஒருங்கிணைந்த தஞ்சை மாவட்டங்களின் கண்ணீர்க் கதை அப்படியாகத்தான் இருக்கின்றன.

திருச்சி சென்று வேலை பார்க்கும் நினைவோடு அதிகாலை 3 மணிக்கெல்லாம் குளித்துவிட்டு வெறுமையோடு வீட்டில் இருந்து நடந்தேன். வீட்டில் இருந்து மூன்று கிலோமீட்டர் கருப்பங் கொல்லை நிறைந்த காடுகளை கடந்துதான் மெயின் ரோட்டிற்குச் சென்று திருச்சி பேருந்தில் ஏறவேண்டும். நான் வேலைக்குக் கிளம்பிய நேரம் அந்த மூன்று கிலோமீட்டர் சாலை முழுவதும் கப்பிக் கல்லை நிரப்பி மறுநாள் சாலை போடுவதற்காக வைத்திருந்தார்கள்.

அப்பாவினுடைய சைக்கிளை தள்ளிக்கொண்டு அந்தக் கப்பியின் இருட்டு அப்பிக்கிடந்த சாலையில், பல மயானங்களைக் கடந்து சென்ற இருள்வெளியை நினைத்தால் இப்போதும் அழுகை வரும்.

கருப்பங்கொல்லையில் இருந்து ஊளையிட்ட நரிகளின் பயங்கர சப்தத்தினூடேதான் என் வறுமையின் கூக்குரலோடு நடந்து

சென்றேன். நான் தனியாகச் செல்வதை நரிகள் பார்த்தால் அவ்வளவுதான் மொத்தமாகச் சூழ்ந்து எனை வேட்டையாடியிருக்கும். அப்படிப்பட்ட பல்வேறு நெருக்கடிகளைச் சந்தித்துதான் அன்றைக்கு திருச்சிக்குச் சென்றேன். ஆனாலும் அங்கேயும் அந்த வேலை கிடைக்கவில்லை.

ஒருவழியாக அடுத்தடுத்த மாதங்களில் மனதைத் தேற்றிக்கொண்டு சென்னைக்கே புறப்படலாம் என்று கிளம்பிவிட்டேன்.

சென்னைக்கு வேலைக்கு வந்த பிறகு, நான் வாழ்ந்த பழைய வசந்தகாலம் பற்றிய ஏக்கமும், அம்மா அப்பா குறித்த கவலைகளும் அதிகரிக்க அதிகரிக்க, நேரம் கிடைக்கும் போதுதான் ஊருக்குச் செல்ல முடிந்தது.

சென்னைக்கு வந்த பிறகு குடும்பத்திற்காகவே உழைத்து உழைத்து, இப்போது எனது கிராமமும் வீடும்கூட தூரமாகிப் போனது.

சென்னை எத்தனையோ வலிகளைக் கொடுத்தாலும் வாழ்க்கையில் நான் மிகப்பெரிய உயரத்தை அடைவதற்கு ஏணி அமைத்துக் கொடுத்தது.

தீபாவளி பொங்கலுக்குக்கூட வீட்டுக்குச் செல்லமுடியாமல் நான் தவித்த தவிப்புகள் ஏராளம்.

தீபாவளிக்கு தீபாவளி மட்டுமே புதுத்துணியைப் பார்க்கும் ஏழை வர்க்கத்துக்குத் தீபாவளிப் பண்டிகை எவ்வளவு பெரிய மகிழ்ச்சி தெரியுமா? முதன் முறையாக சென்னைக்கு வந்த பிறகு நானில்லாத தீபாவளிப் பண்டிகை. ஊருக்கு வரமுடியவில்லை விடுமுறை கிடைக்கவில்லை என்று சொல்லிவிட்டேன். கையில் பணமில்லை யென்பதை அப்படித்தானே சொல்லியாக வேண்டும்.

வேலைக்குச் சேர்ந்து நான் மகிழ்ச்சியாக வசிப்பதாக நினைத்துக் கொண்டிருந்தார்கள் அம்மாவும் அப்பாவும். அந்த மகிழ்ச்சியைக் கடைசி வரை வீணடிக்கவே இல்லை. வீட்டில் அம்மா, அப்பா, தம்பி, தங்கைகள் என எல்லோருக்கும் புதுத்துணியெடுக்க பணம் அனுப்பிவிட்டு, வெறுமையோடு அமர்ந்திருந்தேன் வாடகை வீட்டில்.

சென்னை மந்தைவெளியில் அறைக்குள் முடங்கியிருந்த போது, வீட்டு உரிமையாளர் வீட்டில் ஏகபோகமாய் பட்டாசு கொளுத்திக் கொண்டிருந்தார்கள். ஊரே சந்தோஷத்தில் மிதக்க நான் மட்டும் கண்ணீரில்.

வீட்டு நினைவுகள் அடரத்தொடங்கியதும் நான் நானாக இல்லை. நேரம் செல்லச் செல்ல என்ன செய்வதென்றே தெரியாமல் உடையை

எடுத்து மாட்டிக்கொண்டேன். பையில் ஓரிரு பேண்ட் சர்ட்டுகளை மடித்து வைத்துக்கொண்டு, மாடியை விட்டு கீழ் இறங்கினேன்.

என்னப்பா ஊருக்கா ஹேப்பி தீவாளி என்கிறார் வீட்டு உரிமையாளர் அக்கா.

ஏதோ நினைவில் நானும் தலையாட்டியபடி மந்தைவெளி பேருந்து நிறுத்தம் வரை வேகமாக நடந்தேன்.

எங்கே செல்வது? ஊருக்கு போனால் கையில் இருக்கும் பணம் போதாது... போதாது என்று சொல்வதை விட திரும்ப வருவதற்குப் பணமிருக்காது என்பதே சரியாக இருக்கும். எதிரே வந்த பேருந்தில் ஏறி கடற்கரைக்குச் சென்றேன்.

இருளை மத்தாப்பூ கொளுத்தியும், வானவேடிக்கை விட்டும் ரசித்துக்கொண்டிருந்தது சென்னை. கடற்கரைக்குப் போவதாகத்தான் திட்டம். ஆனாலும் போகவில்லை.

மீண்டும் மந்தைவெளி அறைக்கு வந்தால் வீட்டு உரிமையாளர் அக்கா நம்மைப் பாவமாகப் பார்க்க நேரிடும் என்பதற்காகவே, அங்கிருந்த சிறிய ஓட்டலில் தனி நபர் தங்கும் அறையை வாடகைக்கு எடுத்தேன்.

400 ரூபாய் கேட்டார்கள் கொடுத்தேன். அந்த அறையில் டிவி இருக்குமா என்று கேட்டேன் இருக்கும் என்றார்கள். அது போதும் என்றே மகிழ்ந்தேன்.

அறைக்குள் போய் தாழிட்டுக்கொண்டபோது, தனிமையின் உச்சியில் நின்று குதிப்பது போல இருந்தது. சிறிது நேரத்திற்குப் பிறகு டிவியைத் திறந்தேன். வேறொரு உலகத்திற்குச் சென்று வந்தேன்.

சில மணி நேரம் கழித்து அறையிலிருந்து வெளியில் வந்து நடந்துகொண்டே அலைகளைப் பார்த்தேன். பலர் வீடுகளே இல்லாமல் வீதியில் உறங்கிக்கொண்டிருப்பதைக் கண்டு, கண்ணதாசனின் வரிகள்தான் நினைவுக்கு வந்தன. உனக்கும் கீழே உள்ளவர் கோடி, நினைத்துப் பார்த்து நிம்மதி நாடு... மயக்கமா கலக்கமா... என்ற பாடல் நிஜமாகவே ஒலித்தது மனதுக்குள். இதுவும் கடந்து போகும் என்று நினைத்தே நடந்தேன்.

தங்கையின் கணவருக்கு ஸ்பிலண்டர் பிளஸ் வாங்கிக் கொடுத்துவிட்டு 27பி பேருந்துக்காகக் காத்திருக்கும் அண்ணன்கள் ஏராளம் என்று ஒருமுறை பாரதி தம்பி ஆனந்தவிகடனில் எழுதியிருப்பார். அந்த வரிகள் ஏனோ மனதை அடிக்கடி பிசையும்.

இக்கட்டான சூழல்களை நாம் கடக்கப் பழகித்தான் ஆக வேண்டும். இல்லையெனில் அதுவே கடந்திருக்கும்.

நனைத்தத் துளிகளைத் துவட்டிவிட்டு, நனையாமல் விட்டு வைத்த மழைத்துளியை ஜன்னலோரம் நின்று ரசிப்போம் அல்லவா, அது போலத்தான் வாழ்க்கை என்பதை உணர்ந்தேன்.

வலிகள் நிறைந்து கிடந்த வாழ்க்கையில் ஓரளவு வசதியான காற்று வீசத்தொடங்கி, கடமைகளை நிறைவேற்றினேன். ஆனாலும் இன்னமும் நான் ஊருக்குச் சென்றுவிட்டு திரும்பும்போதெல்லாம் கண்கள் குளமாகும்.

அம்மாவின் அன்பையும், அப்பாவையும், தம்பி தங்கைகளையும் விட்டுவந்த அந்தப் பழைய நினைவுகள்தான் திரும்பத்திரும்ப அலைமோதும்.

வாழ்க்கையில் வலிகளைத்தான் சுகமாக நினைத்துப்பார்க்க முடிகிறது. கடந்துவந்த பாதையை மறப்பதற்கு அதுவே வரமாகக் கிடைக்கிறது.

எல்லாவற்றுக்கும் ஆணிவேர் அம்மா சாமிதான்! ஆம், அவள் இல்லையெனில் எதுவுமில்லை.

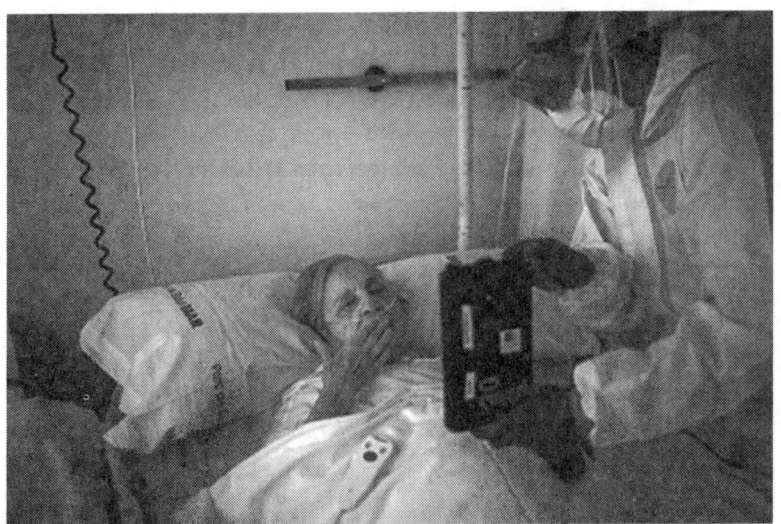

ஜென்ம பந்தம்!

14

இன்னமும் என்னால் நம்ப முடியவில்லை... அசோக் தனது தாயை வீடியோகாலில் அழைத்துக்காட்டுகிறார். அந்தத் தாயின் முகத்தை உற்றுப் பார்த்துக்கொண்டிருக்கிறேன் அடுத்த ஓரிரு நிமிடத்தில் அவரது உயிர் பிரிகிறது. போகும் உயிர் எதற்காக என்னைப் பார்த்துவிட்டுச் செல்லவேண்டும்? என்ற கேள்வி எனை பலமுறை அடித்து நொறுக்கியது.

அந்த ரணமான மாலைப்பொழுதைக் காலத்துக்கும் மறக்கவே முடியாது.

அசோக் என்னுடன் பத்து ஆண்டுகளுக்கு முன்பு சன் செய்திப் பிரிவில் ஒன்றாக வேலை செய்தவர். அவரிடம் அதிகம் பழகியதில்லை ஆனாலும் மறக்கவில்லை.

திடீரென கடந்த வருடம் ஒரு அந்தியில் எனது கைபேசிக்கு அழைத்து, ''அன்பு, என் அம்மாவை காப்பாற்றுங்கள் அன்பு!'' என்று கதறினார். எனக்கு எதுவும் புரியவில்லை. ''என்ன ஆச்சு அசோக்?'' என்று நிலைமையைக் கேட்டேன்.

"அம்மாவுக்கு உடல் நலமில்லை, கேரளா மாநிலம், திருவனந்த புரத்தில் இருக்கிற ஒரு தனியார் மருத்துவமனையில் சேர்த்திருக்கிறேன். இதுவரை ஒன்றரை லட்சம் வரை செலவு செய்துவிட்டேன். ஆனாலும் அம்மாவின் உடல் நிலையில் முன்னேற்றம் இல்லை. மேற்கொண்டு பணம் கட்டினால் மட்டுமே அவருக்கான மேல் சிகிச்சை நடக்கும். என்னிடம் தெம்பு இல்லை. நீங்கள் அன்பு அறக்கட்டளை மூலம் நிறைய நல்லது செய்கிறீர்கள் என்று கேள்விப்பட்டேன் என் அம்மாவையும் காப்பாற்றுங்கள் அன்பு!" என்று அழுதார்.

"அழாதீங்க அசோக்" என்று ஆறுதல் சொன்னேன். அந்த ஆறுதல் அவருக்குத் தேவைப்படவில்லை. பணம் கட்டினால்தான் அம்மாவைக் காப்பாற்ற முடியும் என்று புலம்பினார். திடீரென என்ன நினைத்தாரோ தெரியவில்லை, "நீங்க வேணும்னா என் அம்மாவை வீடியோகாலில் பாருங்க" என்றார்.

"வேண்டாம் அசோக், உங்கள் மீது எனக்கு நம்பிக்கை இருக்கு, அம்மாவைப் பார்த்தால், எனது மனம் அதைவிட இளகியது... அந்தக் கொடுமையை என்னால் பார்க்க முடியாது" என்றேன். அவர் விடவே இல்லை.

"என்னை நம்புங்க அன்பு, காலம் முழுக்க உங்களுக்காக உழைத்து உங்கள் கடனை அடைத்துவிடுகிறேன் அன்பு, என் அம்மாவை மட்டும் எப்படியாவது காப்பாற்றுங்கள்" என்று மீண்டும் மீண்டும் அழுது புலம்புகிறார். என்ன சொல்வதென்றே தெரியவில்லை.

"அசோக், அவ்வளவு பெரிய தொகை என்னிடம் இல்லை, ஆனாலும் நான் கண்டிப்பாக என்னால் ஆன தொகையைக் கொடுக்கிறேன் அம்மாவைப் பார்த்துக்கொள்ளுங்கள்.

வேறு யாரிடமாவது கேட்டுப்பார்த்துவிட்டு நாளைக்குள் தகவல் சொல்கிறேன்" என்றேன். அவர் கேட்கவே இல்லை. அசோக்கின் அழுகை என் உள்மனதை உடைத்து அள்ளியது.

"உங்களால் முடியும் அன்பு, நீங்கள் நினைத்தால் செய்யலாம்" என்றெல்லாம் சொல்கிறார். நானும் உண்மை நிலையைச் சொன்னேன், எனது திருமண தேதியும் அப்போதுதான் முடிவு செய்யப்பட்டிருந்ததால், அதற்கான பணத்தேடலிலும் இருந்தேன்.

"அம்மாவை ஒரே ஒருமுறை பாருங்க அன்பு, எனக்கு வேற யாரும் தெரியல, கையாலாகாத மகனாய் இருக்கிறேன்" என்று தன்னைத்தானே நொந்துகொண்டு தன் இயலாமையை நினைத்துத் துடித்தார்.

"சரி வீடியோகால் பண்ணுங்க" என்று சொல்லி முடிப்பதற்குள் அந்த அழைப்பு வந்தது. அப்போதுதான் பத்து வருடங்களுக்குப் பிறகு அசோக்கைப் பார்த்தேன்.

அவரது தோற்றமே பெரிய அளவில் மாறியிருந்தது.

சன் செய்திப்பிரிவில் துணையாசிரியராக இருந்த அசோக் டிப்டாப்பாக அயனிங் செய்த உடையோடு, கண்ணாடி அணிந்து கொண்டு, பேராசிரியர் போலவே வருவார். அவர் முனைவர் பட்டம் பெற்றவரும்கூட. ஆனால் இடைப்பட்டக் காலத்தில் என்ன நடந்தது என்று தெரியவில்லை. ஆளே மாறியிருந்தார், தாடியும் மீசையுமாக வறுமையின் பிடியில் நொறுங்கியதுபோல இருந்தார்.

"அம்மாவைப் பாருங்க அன்பு" என்று தனது அம்மா மருத்துவ மனையில் அனுமதிக்கப்பட்டிருக்கும் காட்சியைக் காண்பித்தார் அசோக்.

அவரது அம்மா என்னையே உற்றுப் பார்க்கிறார், நானும் பார்க்கிறேன், சில மணித்துளிகள் பார்த்தவுடன் எனது கண்கள் கலங்குகின்றன.

அவரது அம்மாவின் கண்களும் என்னிடம் எதையோ சொல்ல எத்தனிக்கிறது. 'அம்மா நல்லா இருக்கீங்களா?' என்கிறேன் பதிலில்லை.

அசோக்கிடம் என்ன பேசுவதென்று தெரியவில்லை. என்னிடம் அவர் கேட்கும் ஒன்றரை லட்சம் பணம் இல்லை.

எப்படி உதவி செய்வது என்று யோசித்துக்கொண்டிருக்கும் போதே, அந்த அம்மாவின் ஆன்மா என் கண்முன்பாகவே போகிறது. அய்யோ அம்மா என்ற அலறல். என்னாச்சு அசோக் என்று நானும் சேர்ந்து அழுதேன்.

'என்ன ஆச்சுன்னு தெரியல அன்பு, இருங்க கூப்பிடுகிறேன்' என்று சொல்லியபடி அழைப்பைத் துண்டித்தார்.

என்ன நடக்கிறதென்று என்னால் யோசிக்கவே முடியவில்லை. அடுத்த அரைமணி நேரத்தில் அசோக் மீண்டும் என்னுடைய கைபேசிக்கு அழைத்தார்.

அப்போது அழுகையை விட ஆத்திரமே அதிகம் இருந்தது அவருக்கு...

'அம்மா இறந்துட்டாங்க அன்பு, நான் இனிமேல் எப்படி வாழ்வேன்!' என்று விரக்தியோடு பேசினார். தன்னால் தன் அம்மாவைக் காப்பாற்ற முடியவில்லையே என்ற வெறுமை தீயிட்டுக் கொளுத்தியது அவரை.

'நான் என்ன செய்யப்போறேன்னு தெரியல, எனக்கு என் அம்மாதான் எல்லாமே. அம்மாவின் உடலை கன்னியாகுமரிக்கு எடுத்துச் செல்லவேண்டும். கேரளாவிலிருந்து உடலை எடுத்துச் செல்ல எப்படியாவது உதவி செய்யுங்கள்' என்றார்.

"நீங்களும் என் அம்மாவுக்கு ஒரு பிள்ளைதான் அன்பு. அதனால்தான் அம்மா உங்களை கடைசியா பார்த்திருக்காங்க. அவங்க மகள்களைக் கூட பார்க்காமல் உங்களைத்தான் பார்த்தாங்க அன்பு. ஒன்றரை லட்சம் பணம் கட்டிய பிறகே மருத்துவமனையில் இருந்து உடலை எடுத்துச் செல்லச் சொல்கிறார்கள். என்ன செய்யணும்னு தெரியல" என்றார்.

"உங்களை மட்டுமே நம்பியிருக்கேன், இல்லையென்றால் என் அம்மாவோடு நானும் போய்ச் சேர்ந்திடுவேன்" என்று அழுதார்.

"சரி அசோக், கண்டிப்பா அம்மாவின் உடலை மீட்போம்" என்று சொல்லிவிட்டு கையிலிருந்த பணத்தை அவரது வங்கிக்கணக்கில் போட்டுவிட்டு, "முதற் கட்டமாக ஆக வேண்டிய செலவுகளை பாருங்கள். மீதி பணத்தை ஏற்பாடு செய்கிறேன்" என்று அழைப்பை துண்டித்துக்கொண்டேன்.

இருள் கவிழத்தொடங்கிவிட்டது. மறுநாள் காலை அவரது தாயை உடற்கூறு ஆய்வு செய்து உடலை வீட்டுக்கு எடுத்துச் செல்ல வேண்டும் என்ற நிலை. அசோக் முற்றிலுமாக என்னையே நம்பியிருந்தார்.

அந்த நம்பிக்கைக்கு என்ன செய்யப்போகிறேன் என்று தெரியவில்லை. கையில் 50 ஆயிரம் இருந்தாலும் மேற்கொண்டு ஒரு லட்சம் பணமும், ஈமச்சடங்கு செய்ய அவருக்கு ஏதேனும் கொடுக்க வேண்டுமே என்ற கவலை மேலோங்குகிறது.

நண்பர்கள் பலரிடமும் கெஞ்சிப் பார்த்துவிட்டேன் பணம் கிடைக்கவில்லை.

அன்றிரவே நடிகர் ராகவா லாரன்ஸ் அண்ணனைத் தொடர்பு கொண்டு உதவி கேட்கலாம் என்று முயற்சி செய்தேன். ஆனாலும் அவரைத் தொடர்புகொள்ள முடியவில்லை. அது கொரோனா பெருந்தொற்று முதல் அலை பரவத்தொடங்கிய முதல் வாரம்.

யார் கையிலும் பணப்புழக்கம் இல்லை.

இரவு படுத்திருக்கிறேன் தூக்கமே வரவில்லை. அசோக்கின் நம்பிக்கையை எப்படிக் காப்பாற்றுவது? விடிவதற்குள் ஏதேனும் அதிசயம் நடந்தால்தான் அது முடியும் என்று புலம்பிக்கொண்டிருந்தேன்.

நேரம் செல்லச்செல்ல பதற்றம். விடியும்போது பணம் இல்லையென்றால் என்ன பதில் சொல்வதென குழப்பம். விடியும் வரை தூங்கவே இல்லை.

காலை 6 மணிக்கெல்லாம் நடிகர் அண்ணன் ராகவா லாரன்சின் உதவியாளர் தம்பி புவனை தொடர்புகொண்டு நிலைமையை எடுத்துச் சொன்னேன்.

அண்ணனிடம் தெரிவித்துவிட்டு, பதில் சொல்கிறேன் என்று அழைப்பைத் துண்டித்தார். அடுத்த அரைமணி நேரத்திற்குப் பிறகு நடிகர் ராகவா லாரன்ஸ் அவர்களே தொடர்பில் வந்தார்.

‘‘தம்பி, அசோக்கின் நிலைமையை புவன் சொன்னார். அவரை கவலைப்பட வேண்டாம் என்று சொல்லுங்கள். எப்படியும் பணத்தைப் புரட்டிவிடலாம்’’ என்று நம்பிக்கை கொடுத்தார். அதை அசோக்கிடம் உடனடியாகத் தெரிவிக்கவில்லை.

கையில் பணம் கிடைக்கும் வரை எனக்கு நம்பிக்கை இல்லை. பலமுறை எனக்கு ஏற்பட்ட அனுபவம் அப்படியானதாக இருந்திருக்கிறது.

அடுத்த ஒருமணி நேரத்துக்குள் நானும் ராகவா லாரன்சும் குறைந்தது 20 முறையாவது செல்போனில் பேசியிருப்போம். அவருக்கும் பணப் பிரச்னை இருந்திருக்குமென நினைக்கிறேன். கொஞ்சம் டைம் கொடுங்கள் என்று கேட்டார்.

அசோக் மருத்துவமனையில் இருந்து தொடர்ந்து அழைத்துக் கொண்டே இருக்க,கொஞ்சம் பொறுத்திருங்கள் அசோக் எப்படியும் நல்ல செய்தி சொல்கிறேன் என அழைப்பைத் துண்டித்தேன்.

இப்படியே காலை பதினொரு மணி வரை சாப்பிடவில்லை. இரவிலும் சாப்பிடாமலேயே படுத்திருந்தேன். தூங்கவும் இல்லை. மனதளவில் மட்டுமல்லாமல் உடலளவிலும் நொடித்துப் போனேன்.

அசோக்கிடமிருந்து தொடர்ந்து அழைப்பு வந்த வண்ணம் இருக்க, ஓரிரு முறை மட்டுமே அவருக்குப் பதில் கொடுத்துவிட்டு மற்ற அழைப்புகளுக்கு நம்பிக்கையான வார்த்தை கிடைக்காமல் நிராகரித்தேன்.

காலை 11.30 மணியிருக்கும் கேரள முதலமைச்சருக்கு கடிதம் ஒன்றை எழுதினார் நடிகர் ராகவா லாரன்ஸ். அதில் அசோக்கின் முழு விபரத்தையும் தெரியப்படுத்தி, விரைவில் மருத்துவமனைக்குச் செலுத்த வேண்டிய பணத்தைக் கொடுத்துவிடுகிறேன். அதற்கு முன்னதாக பத்திரிகையாளர் அசோக் தாயாரது உடலை விரைந்து அனுப்பி வைக்கும்படி முதலமைச்சர் பினராயி விஜயனுக்கு கோரிக்கை வைத்தார்.

ஓரிரு நிமிடங்களில் மருத்துவமனைக்கும் அழைத்துப் பேசினார். அவர்களும் உடலைக் கொடுத்துவிடுவதாகச் சொல்ல, அப்போதுதான் எனக்கு உயிரே வந்தது.

அசோக்கிற்கு தாய் மறைவை விட அவரது உடலை வாங்கிச் செல்ல முடியாதோ என்ற கவலைதான் அவரை மட்டுமல்ல என்னையும் நெருப்பிலிட்டு வாட்டியது.

மருத்துவமனை நிர்வாகம் அவரது தாயாரது உடலை வாங்கிச் செல்லலாம் என்றதும் அவருக்கு மிகப்பெரிய நிம்மதி. தாய் இறந்துபோன வேதனை ஒருபக்கம் இருந்தாலும் அவரது உடலை யாவது நல்லடக்கம் செய்யலாம் என்றே மனம் நெகிழ்ந்தார் அசோக்.

நடிகர் ராகவா லாரன்ஸ் அவர்களுக்கு என் நன்றிகளைச் சொன்னேன். அவரும் தனது முகநூல் பக்கத்தில் நான் உட்பட உதவியாளர் புவனுக்கும் நன்றி சொல்லியிருந்தார்.

அசோக் தனது தாயாரின் உடலை ஆம்புலன்சில் ஏற்றிவிட்டு தனது சொந்த ஊரான மார்த்தாண்டம் கொண்டு செல்வதாகச் சொன்னார். கைபேசியிலேயே எனக்கு அவர் கோடி நன்றிகளை அள்ளிக்கொடுத்துக்கொண்டே இருந்தார்.

பத்திரமா சென்று அம்மாவை அடக்கம் செய்யுங்கள் என்று ஆறுதல் சொன்னேன். அப்போதும் அவர் என்னிடம் ஏதோவொன்றை கேட்க தயங்குகிறார் ஆம், தனது அம்மாவின் ஈமச்சடங்கிற்கு பணம்.

‘தெரியும் அசோக், உங்கள் அக்கவுண்டை செக் பண்ணுங்க பணம் அனுப்பியிருக்கேன். நல்லபடியா அம்மாவின் உடலை அடக்கம் செய்யுங்கள்’ என்றேன்.

சரியாக மாலை 5 மணிக்கு அசோக்கிடம் இருந்து மீண்டும் அழைப்பு வந்தது.

‘அம்மாவை அடக்கம் செஞ்சிட்டோம் அன்பு, மீண்டும் மீண்டும் நன்றி’ என்று ஆரம்பித்தார். ‘அசோக், அதெல்லாம் விடுங்க, குளிச்சிட்டு சாப்பிடுங்கள்’ என்றேன். மயானக் கரையிலிருந்து தன் அம்மாவிற்கு கொள்ளி வைத்த கையோடு எனக்கு அழைத்துப் பேசினார்.

‘‘நானும் நேற்று இதே நேரம் உங்களிடம் பேசுவதற்கு முன்பாக சாப்பிட்டதுதான் அசோக், இதுவரை எதுவும் சாப்பிடவில்லை. உங்களுக்கு மட்டுமல்ல எனக்கும் அவர் அம்மாதான்’’ என்றேன். அசோக்கிற்குச் சொல்ல வார்த்தைகள் இல்லை. நொடித்துப்

போயிருந்தார். அதன் பிறகு அழைப்பைத் துண்டித்து விட்டு, குளித்துவிட்டுச் சாப்பிடச் சென்றேன்.

அசோக்கின் அம்மா கடைசியாக உயிர்போகும் தருணத்தில் என்னைப் பார்த்தது ஏன் என்ற கேள்வி என்னை நெடுநாட்களாகத் துளைத்ததுண்டு. அந்த ஏக்கம் தோய்ந்த கண்களில் ஏதோவொன்றை சொல்லியிருந்தார் அவர். தனது மகன் நிற்கதியாக இருக்கும் செய்தியாகக் கூட அது இருந்திருக்கலாம். இனிமேலும் மகனுக்குப் பாரமாக இருக்க விரும்பவில்லை என்றே தனது உயிரை அவர் முடித்திருக்கலாம். இப்படி என்னென்னவோ தோன்றியது மனதுக்குள்.

உண்மைதான். நான் இல்லையென்றால் அசோக்கின் நிலைமை அன்று இன்னும் மோசமாகியிருக்கும். ஒரு மேஜிக்போல அந்த காரியத்தை எப்படி முடிக்க வேண்டுமோ அப்படியாக முடித்துக் கொடுத்ததில், கடவுளின் பங்கு இருப்பதாகவே கருதினேன்.

என் மூலமாக அந்தக் காரியம் நடக்க வேண்டும் என்பது விதியாகக் கூட இருந்திருக்கலாம். இல்லையெனில் இறந்துபோன அசோக்கின் அம்மாவுக்கும் எனக்கும் ஏதேனும் முன்ஜென்ம பந்தமாக இருந்திருக்கலாம். இது பலருக்குக் கதையாக இருக்கலாம். ஆனால் அது உயிர்வலி!

குறிப்பிட்ட நேரத்துக்குள் எனக்குக் கொடுக்கப்பட்ட காலக்கெடு உண்மையாகவே அசோக்கின் துக்கத்தில் பாதியை நானும் வாங்கிக்கொண்டிருந்தேன் அன்று.

இழப்பில் துணை நிற்பதைவிட பெரிய விடயம் வேறேதும் இல்லைதான்.

என் அப்பா ஊட்டி வளர்த்த நீதி அதுவாகவே இருந்தது. அவர்தான் எனக்குத் தொண்டு செய்யும் எண்ணத்தை விதைத்தவர்.

இந்த உலகில் காரணமில்லாமல் எதுவுமே நடப்பதில்லை. ஆதாம் ஏவாளிடமிருந்துதான் மனித சமூகம் பிறந்தது என்று சொன்னால் நாமெல்லாம் ஒட்டுமொத்தமாக ஒரே குடும்பத்தைச் சேர்ந்தவர்கள்தானே?

எல்லோரது சுக துக்கத்திலும் நாம் பங்கெடுத்துக்கொள்வது அவசியம்தானே !

கோடங்கி

15

குட்டை நீர் வற்றிக்கிடக்கும் குளிர் சேற்றில், நெட்டைக் கொக்கொன்று தன் அழகிய அலகை அழுக்கில் நீவிக்கொண்டிருக்கிறது. பகல் தின்னும் இருளினை பாய் போட்ட நாளொன்றில், வரப்பின் மீதமர்ந்து, தன் மாடுகளைப் பார்த்தபடி அமர்ந்திருக்கிறான் கைலாசம்.

அய்யனார் கோவில் பக்கம், பயமின்றி நடந்து போகும் சிலுவைச் சுமந்தவளைப் பார்த்து மிரண்டு ஓடுகின்றன பறவைகள்.

கருவைக்காடுகளால் புதையுண்ட களத்து மேட்டு வனத்துக்குள், கூடு அலற காகங்களின் கூட்டம்.

சடசடக்கும் பனங்கரைத் தோப்புக்குள்ளிருந்து நாய்கள் குரைக்க, அய்யங்கொல்லை காட்டுக்குள் மதியம்பூ தூக்கிட்டு இறந்துபோனதாகச் சொன்னார்கள். ஊரே திரண்டு ஓடியது காட்டுக்குள்.

மூச்சடங்கிக் கிடந்த மதியம்பூவை ஆட்டோவில் அள்ளிப் போட்டுக்கொண்டு மருத்துவமனைக்குக் கொண்டு சென்றார்கள்.

போகும் வழியிலேயே முடிந்துவிட்டது மூச்சு. கலையரசனின் கண்ணீரில் ஊரே நனைகிறது. ஆசைக்காதலி மரணத்தை அதற்குள் முத்தமிடுவாள் என அவன் கனவிலும் நினைக்கவில்லை. இருள் கவிழத்தொடங்குகிறது.

வாய்க்கால் மேடருகே முன்னந்தி நேரம் வரை பேசிக்கொண்டிருந்தவளுக்கு அப்படி என்ன ஆச்சு என்று புலம்பியபடி கண்ணீரும் கம்பலையுமாக நின்றான் கலையரசன்.

என் பொண்ண அநியாயத்துக்குக் கொன்னுட்டியேடா என்று கலையரசனின் சட்டையைப் பிடித்து உலுக்கினார் மதியம்பூவின் தந்தை மாரியப்பன்.

நானா கொன்னேன், நீங்கதான் கொன்னுட்டீங்க. வீட்டுக்கு வந்தவளை என்ன செஞ்சீங்க என்று கத்திக் கூப்பாடு போடுகிறான் கலையரசன். ஊரே வேடிக்கை பார்க்கிறது. இரண்டு குடும்பத்திற்கும் ஏற்கெனவே ஆகாது. சம்பவ இடத்தை மொய்க்கிறது கூட்டம்.

கலையரசனை மெதுவாக அங்கிருந்து அழைத்துப் போக முயற்சிக்கிறார்கள் ஊர்க்காரர்களும் அவனது குடும்பத்தினரும். ஆனாலும் அவன் நகரவே இல்லை.

மதியம்பூவின் இறப்புக்குக் காரணம் தெரியாமல் போகமாட்டேன் என்று ஆவேசமாக அலறுகிறான் கலையரசன். மோதல் வலுக்கத் தொடங்கியது.

ஏற்கெனவே செய்வினை வச்சுதான் என் குடும்பத்தைச் சிதைச்சாங்க. இவன் குடும்பத்தாலதான் எங்க குடும்பத்துல அடுத்தடுத்து சாவு. இவனை இப்படியே விட்டா சரியா இருக்காது. இவனைக் கொன்னுட்டு நேரா ஜெயிலுக்குப் போறேன் என்று குதிக்கிறார் மதியம்பூவின் அண்ணன் வீராசாமி.

செய்வினையா? நாங்களா? நீங்கதான் என் அக்காவுக்கு செய்வினை வச்சு தீர்த்துக்கட்டிட்டீங்க என்று கத்தினான் கலையரசன்.

நேரம் ஆக ஆக பதற்றம் தொற்றிக்கொண்டே போக, கலையரசனைக் குண்டுக்கட்டாக அங்கிருந்து தூக்கிக்கொண்டு போய்விட்டார்கள் அவரது உறவினர்கள்.

அவன் வெளியில் செல்லாதபடி வீட்டுக்குள்ளே பூட்டியும் வைத்துவிட்டார்கள்.

மதியம்பூவின் கைகளைப் பற்றிக்கொண்டு சில மணி நேரங்களுக்கு முன்புதான் அவன் பேசிக்கொண்டிருந்தது நெஞ்சில் நெருப்பைக்கக்கியது.

வாய்க்கால் மேடருகே இருவரும் நின்று பேசியதைப் பார்த்த யாரோ ஒருவர்தான் மதியம்பூ வீட்டில் அதைச் சொல்லியிருக்கிறார்.

மதியம்பூ வீட்டிற்குத் திரும்பியதும் என்னவோ நடந்திருக்கிறது, அதனால் கோபத்தில் தூக்கிட்டு இறந்துபோயிருக்கிறாள். இப்படித்தான் பல கதைகள் விரியும் கிராமங்களில்.

செய்வினை வைத்துவிட்டதாகவும், மந்திரம் வைத்துவிட்டார்கள் என்றும் வயலில் இறங்கிய ஆட்டுச் சண்டைக்குக்கூட காலம் முழுக்க பேசிக்கொள்ளாமலேயே ஒருவர் முகத்தில் இன்னொருவர் விழித்துக்கொள்ளாமலேயே காடு போய் சேர்ந்தவர்கள் கிராமங்களில் அதிகம்.

மாந்திரீகம், செய்வினையெல்லாம் உண்மையா பொய்யா என்றெல்லாம் எனக்கு பல நேரங்களில் சந்தேகம் வரும். ஆறேழு வருடங்களுக்கு முன்பு திருப்பத்தூர் அருகே ஒரு கிராமத்திற்குச் சென்றிருந்தேன். அங்கே ஒரு வினோதத்தைக் காண நேர்ந்தது.

கொலு போடுதல் என்பார்கள். மலையில் இருந்து வரும் மந்திரவாதி ஒருவர் தான் அந்த பயங்கரத்தை செய்வார்.

வீட்டில் யாரேனும் உயிர் போகும் தருவாயில் இருக்கும்போது, அவர்களைக் காப்பாற்றவே கொலு போடுதல் நடக்கும். அதாவது நள்ளிரவில் பூஜை செய்து, அந்த நேரத்தில் யாரெல்லாம் சாலையில் வருகிறார்களோ அவர்களில் யாரேனும் ஒருவரது உயிரைப் பிடித்துக்கொண்டு, இறக்கப்போகும் நபரின் உடலுக்குள் செலுத்திவிடுவார் மந்திரவாதி. இறக்கப் போகும் நபரின் உயிரை எடுத்து சாலையில் செல்லும் நபரின் உடலுக்குள் விட்டுவிட்டால் அவரும் இரண்டொரு நாளில் இறந்துபோவாராம்.

இதையெல்லாம் கேட்கவே கொடூரமாக இருக்கிறதல்லவா. ஆனால் உண்மை என்று சொல்கிறார்கள் அந்த ஊர்மக்கள்.

நானே அதைக் கேள்விப்பட்டு நேரில் பார்ப்பதற்காகச் சென்றிருக்கிறேன். யாரேனும் கொலு போடுகிறார்கள் என்று தெரிந்தால், யாருமே வீட்டை விட்டு வெளியில் வரமாட்டார்கள். வீட்டைச் சுற்றி சாம்பலால் கோடு கிழித்து அன்றிரவு யாருமே தூங்கமாட்டார்கள். இப்படியெல்லாம் மூடநம்பிக்கைகள் இருக்கிறது அந்த ஊருக்குள். ஆனால், அவற்றைச் சாதாரணமாகக் கடந்து போய்விடமுடியாது.

எனக்குத் தெரிந்து கோடங்கிகளே பலர் மாந்திரீகம் செய்வார்கள். என் இளமைக்காலத்தின் அந்தப் பனியிரவு நினைவுக்கு வருகிறது இப்போது.

ஆழ்ந்த உறக்கம், தவளைகளின் எக்காளத்தைவிட எதுவும் கேட்கவில்லை. நான்கு வீடுகளுக்கு முன்னால் ஏதோ சப்தம். உடுக்கையடித்து உலறிக்கொண்டிருக்கிறான் குறியாடி. நாய்கள் குரைக்கின்றன. நடு நிசி பேச்சு தெள்ளத்தெளிவாகக் கேட்கிறது தூக்கத்திற்கு நடுவில். மூச்சு முழுதாய் விடாதபடி பற்றிக்கிடக்கிறது பயம்.

ஒவ்வொரு வீடாகக் குறிசொல்கிறான். உள்ளிருந்தபடியே குறிகேட்கிறார்கள் ஊர்மக்கள். கதவுகள் திறந்தபாடில்லை. அவன் வாயிலிருந்து வரும் முதல் வார்த்தையைத் தவிர மற்றவைகளை ஏற்க முடியவில்லை நல்ல காலம் பிறக்குது.

எங்கள் வீட்டு வாசலில் ஐந்தாறு நிமிடங்கள் அலறிவிட்டுப் போனது அவனது உடுக்கை. அவன் போனபிறகு விடியும்வரை அலறிக்கிடக்கிறது எல்லோரது மனமும். ஆம் வீட்டு முகட்டுவலையில் மந்திர திருநீர் இருக்கிறது என்று சொல்லிவிட்டுக் கடந்தான். விடிந்ததும் வருவான், விளைந்ததைக் கேட்பான் தட்சணையாய்.

இப்படித்தான் குறியாடிகளின் வருகை இருக்கும். பெரும் பாலும் அறுவடை காலங்களில் வருவார்கள்.

நள்ளிரவுகளிலோ, பாதிச் சாமத்திலோ, வீடு வீடாகச் சென்று குறி சொல்வார்கள். இப்போதுகூட மின்சாரம் இருக்கிறது; வெளிச்சம் இருக்கிறது. ஆனால் இருபது ஆண்டுகளுக்கு முன்பு கிராமங்களில் அந்த வசதியெல்லாம் கிடையாது. ஆனாலும் அவர்கள் அதைப் பற்றியெல்லாம் கவலைப்படாமல் காடுமேடெல்லாம் சுற்றுவார்கள்.

மெயின் ரோட்டிலிருந்து காடுபோல் விரியும் கிராமங்களுக்குள் நுழையும்போது நரித்தொல்லை, நாய்களின் கூச்சல் என பலவற்றைக் கடந்து எதற்கும் அஞ்சாமல் செல்வார்கள்.

அவர்கள் வரும்போது யாரும் வெளியில் எழுந்து வருவதில்லை. அவர்கள் அமானுஷ்யங்களோடு சேர்ந்தே இருப்பார்கள் என்பது பலரது நம்பிக்கை.

நானே காதுகொடுத்துக் கேட்டிருக்கிறேன். அவர்கள் நள்ளிரவில் பேசிக்கொண்டு வருவதை.

சுடுகாட்டு முண்டே தூரம் போ என பேய்களைக்கூட மிரட்டிக் கொண்டே போவார்கள். ஊரே திகில் நிறைந்ததாய் கிடந்தாலும்,

மயானக்கரைகளில் நின்றுகொண்டு பாட்டுப் பாடுவதும், பேய்களை எச்சரிப்பதுமென அவர்கள் இரவுகளில் செய்யும் செயல்கள் மிரள வைக்கும்.

சிறுவயதில் அவர்களை உன்னிப்பாகக் கவனித்திருக்கிறேன். வீட்டு வாசலில் இருக்கிற மாமரத்தின் சிறு விசும்பல் காற்றிலாடி விழுந்தாலும் விடியும் வரை பயந்து கிடந்த காலம் அது.

கதவு இல்லாத வீடாக இருந்தது எங்களது வீடு. திண்ணையில் தான் படுத்திருப்போம். குறியாடி வரும்போது எங்கள் காதுக் குள்ளேயே உடுக்கை அடிப்பது போல இருக்கும். ஆனாலும் அவரின் முகம் பார்க்க பயந்து, விழித்து பார்க்காமலேயே படுத்திருப்போம்.

சில குறியாடிகள் நல்லதைச் சொல்லிவிட்டுப் போவார்கள். இன்னும் ஆறுமாத காலத்தில் இந்த வீட்டில் விஷேஷம் காத்திருக்கு என்று சொல்லிவிட்டுப் போனால் மகிழ்ச்சி வெள்ளம் கரை புரண்டு ஓடும். ஆனால் அதற்கு மாறாக இன்னும் ஆறு மாதத்தில் அழுகை சப்தம் கேட்கும் என்றும் சொல்லிவிட்டும் போய்விடுவார்கள்.

முகட்டுவலையில், வீட்டு உத்திரத்திலெல்லாம் பங்காளிகள் மந்திரம் தகடு வைத்திருப்பதாகவும், திருநீறு வைத்திருப்பதாகவும் கொளுத்திப்போட்டுவிட்டுப் போவார்கள்.

அதைக் கேட்டுவிட்டு விடிந்தும் விடியாமலும் அந்த இரு குடும்பங்களுக்கும் சண்டை நடக்கும். அவர்கள் சொல்லியது போல சில நடந்ததும் உண்டு. நடக்காமல் போனதும் உண்டு.

ஜக்கம்மாவைக் குலதெய்வமாகக் கொண்டு குறி சொல்லும் அவர்கள்; இரவு முழுக்க வீடுவீடாகக் குறி சொல்லிவிட்டு, விடிந்ததும் தட்சணை கேட்டு வருவார்கள்.

இரவில் சொன்ன குறியைக் கேட்டீர்களா, என மீண்டும் ஒருமுறை சொன்னதையே திரும்ப சொல்வார்கள். நமக்கு ஏதேனும் விளக்கம் தேவைப்பட்டால் அதுகுறித்து எடுத்துச் சொல்வார்கள். இல்லையெனில் நாம் கொடுக்கும் தட்சணையோடு அடுத்த வீட்டுக்குச் சென்று குறிசொல்வார்கள்.

இரவில் பார்க்கவே பயப்படும் அந்த நபரை பகலில் பக்கத்தில் அமரவைத்து கதை கேட்டுக்கொண்டிருப்பார்கள் ஊர்மக்கள். அந்த அளவுக்கு ஊர்மக்களோடு ஒன்றிப்போகிறவர்களும் இருக்கிறார்கள். வழி வழியாக அதே குடும்பத்தைச் சேர்ந்தவர்கள் குறி சொல்ல வரும்போது, குடும்பக்கதைகளும் பேசுவதுண்டு.

வருடந்தோறும் குறிப்பிட்ட காலத்தில் வரும் கோடங்கிகள் நெல் விளையும் தை மாதம் அல்லது கோடை இரவுகளில் வருவார்கள். அப்போதுதான் யாருமே இல்லையென்று சொல்லாமல் அவர்களுக்கு தானியங்களை கொடுத்து அனுப்புவார்கள்.

எனக்கு நன்றாக நினைவிருக்கிறது ஒருமுறை எங்கள் வீட்டு வாசலில் குறிசொல்ல வந்த அந்த நபர், வீட்டில் யாரோ மந்திர திருநீறு வைத்திருக்கிறார்கள் அதை எடுத்து தருகிறேன் இவ்வளவு ரூபாய் தட்சணை வேண்டும் என்று கேட்டார்.

அப்பாதான் அதெல்லாம் வேண்டாம் என அனுப்பிவிட்டார். ஆனால் பல குடும்பங்களில் இதுபோல குழப்பமான வேலைகளையும் அவர்கள் செய்துவிட்டு போய்விடுவதுண்டு.

பொதுவாக அத்தகைய குடுகுடுப்பை காரர்களை பகைத்துக் கொள்ள மாட்டார்கள். ஏனென்றால் அவர்களால் சில சித்து விளையாட்டுகளையும் ஆடமுடியும் என்கிறார்கள்.

மிக ஆச்சர்யமான விடயம் என்னவென்றால் ஏதேனும் வீட்டில் சமீபத்தில் இறப்பு நடந்திருந்தால் அந்த வீட்டு வாசலில் குறி சொல்வதை அவர்கள் தவிர்ப்பார்கள்.

எப்படி அந்த தகவல் அவர்களுக்கு தெரியுமென தெரியாது. ஆனாலும் அவர்களுக்கு அது தெரிந்திருக்கும்.

இது போல பல அமானுஷ்யங்களை செய்பவர்கள், வீட்டில் ஆறுமாதம் வெளியூர்களில் ஆறுமாதமென நாடோடி வாழ்க்கையாகவே அலைந்துகொண்டிருப்பர். திருத்துறைப்பூண்டி அருகே ஒரு குறியாடி கிராமம் இருக்கிறது. அந்த ஊருக்குள் சென்றால் சில காலம் வீட்டில் பெண்கள் மட்டுமே இருப்பார்கள். ஆண்கள் அனைவரும் ஆறுமாத காலம் வரை வீடு திரும்பாமல் குறி சொல்ல கிளம்பிவிடுவர்.

அவர்கள் வந்த பிறகு பெண்கள் குறி சொல்ல கிளம்பி விடுவார்கள். அப்படித்தான் அவர்களின் வாழ்க்கை முறை இருக்கிறது. பெரும்பாலும் அவர்கள் பிள்ளைகளை படிக்க வைப்பதில்லை. குலத்தொழிலையே சொல்லிக்கொடுக்கிறார்கள்.

மூச்சுக்கு முந்நூறு முறை ஜக்கம்மா என்றழைக்கும் அவர்களது குல தெய்வத்தைப் பற்றி அறிந்தபோது ஆச்சரியமாக இருந்தது.

தொட்டிய நாயக்கர் வகுப்பைச் சேர்ந்தவர்களின் குல தெய்வமாக இருக்கும் ஜக்கம்மாவை காளி தேவியின் அவதாரமாக வணங்கு கிறார்கள்.

கம்பளத்து நாயக்கர் சமுதாயத்தைச் சேர்ந்தவர்கள், இஸ்லாமிய படையெடுப்பின் போது தெற்கு நோக்கி நகர்ந்ததாகவும், இஸ்லாமிய மன்னன் ஒருவர் கம்பளத்து நாயக்கர் சமுதாயத்தைச் சேர்ந்த பெண் ஒருவரை மணமுடிக்க ஆசைப்பட்டதால், பாலராசு என்ற நாயக்க மன்னர் தங்கள் குலத்தைக் காக்க தெற்கு நோக்கி தமிழகத்திற்குச் செல்லுமாறு கேட்டுக்கொண்டதாகவும், அந்தப் பெண்களின் பாதுகாப்புக்காக ஜக்கம்மா என்ற பெண் தலைமையில் அனுப்பி வைத்தாகவும் கூறப்படுகிறது.

அப்படியாக அவர் கூட்டிச்செல்லும்போது வழியில் ஏற்பட்ட பல தடைகளை வீரத்தாலும், மாந்திரீகத்தாலும் நீக்கிவிட்டு, அவர்களைப் பத்திரமாக தமிழகத்துக்கு அழைத்து வந்ததாக ஒரு கதையிருக்கிறது. அதனால்தான் அவர்கள் ஜக்கம்மாவை குலதெய்வமாக வணங்குவதாகவும் சொல்கிறார்கள்.

இப்படி காலம் முழுக்க குறி சொல்லுதல், பில்லி சூன்யம் ஏவல் அகற்றுதல், மந்திர வேலைகளைச் செய்வது என கோடங்கிகளின் வாழ்க்கையை இப்படியாகவே வரையறுக்க முடிகிறது. எனக்குத் தெரிந்ததெல்லாம், செய்வினை செயப்பாட்டுவினை மட்டும்தான்!

◯

கடவுள் எங்கே இருக்கிறார்?

ஊருக்கு மத்தியில் இருக்கும் காளியம்மன் கோவிலில் சாமிவந்து ஆற்றுப் படுகைக்கும் வாய்க்காலுக்கும் ஓடும் சாமியாடியைப் பிடித்துவந்து சாமி என்ன சொல்கிறதென்றுக் கேட்போம். அப்போதெல்லாம் கோவிலை எடுத்துக் கட்டுங்கள், ஊரைப் பார்த்துக்கொள்கிறேன், ஏன் என்னை கண்டுகொள்ளவில்லையெனச் சொல்லிவிட்டு மலையேறிவிடும்.

மீண்டும் அடுத்தத் திருவிழாவுக்கே சாமியைக் கூப்பிடுவார்கள்.

எத்தனையோ சாமிகள் வாய்மூடி மவுனித்திருக்க, எங்கள் ஊர் சாமிகளெல்லாம் பேசுகின்றன ஒவ்வொரு திருவிழாவின் போதும்.

மேளத்தை அடிக்க அடிக்க ஆவேசம் கொண்டு ஆடும் சாமிகளைப் பார்த்திருக்கிறீர்களா? கிராமத்துக்குப் போனால் பார்க்க முடியும். எங்கள் ஊர் முட்டம் கிராமம் பாப்பான்குளம் அருகேதான் கரகம் ஜோடிக்கப்பட்டு வீதிவுலா வரும். அதற்கு முன்னதாக சாமியை வரவழைத்து

_16_

அதன் தலையில்தான் கரகத்தை ஏற்றுவார்கள். சில நேரம் சாமி வருவதற்கு நேரமாகும்.

அப்போதெல்லாம் மேளத்தை அடித்து வலுக்கட்டாயமாக சாமியை கூப்பிடுவார்கள். சிறிது நேரத்தில் ஆவேசம் கொண்டு ஆடும் சாமி, நான் காளி, கங்கையம்மன் என சொல்லி ஆடும்.

மேளம் அடிக்க அடிக்க சாமியாடியும், வடக்குத் தெருவைச் சேர்ந்த ராதாவும் ஆவேசம் கொண்டு ஆடுவார்கள். தென்னங்குருத்துப் பாளையை முதுகில் அடித்துக்கொண்டும், வாயில் வேப்பிலையை கடித்துக்கொண்டும் அவர்கள் ஆடுவதைப் பார்க்கும்போதே மேனி சிலிர்க்கும்.

ஆற்றுப்படுகையில் இருந்தும் ஜோடித்து சாமி தூக்கி வருவார்கள். சில நேரம் சாமி எப்படி வருகிறது என்ற சந்தேகம் பலமாக எழும். பல நேரம் அதுகுறித்தே யோசித்திருக்கிறேன். எல்லாம் நம்பிக்கைதானே என்று அதன் பிறகு அதைக் கடந்துவிடுவேன்.

ஒருமுறை காளியம்மன் கோவில் அருகில் இருக்கும் மாமாவின் மகள் ரேவதி, அந்த வழியாகச் சென்ற மாமன் முறை கொண்ட சாமியாடி மீது, காணும் பொங்கலன்று மஞ்சள் தண்ணீரை எடுத்து ஊற்றிவிட்டார். விளையாட்டுக்கு மாமன் மீது மஞ்சள் தண்ணீர் ஊற்றுவது கிராமங்களில் வழக்கம்தான். ஆனாலும் அன்றைக்கு அவர் அப்படியாகச் செய்தவுடன் உடனே சாமியாடிக்கு சாமி வந்துவிட்டது.

ஆவேசமாக கோவில் அருகில் சென்று உட்கார்ந்துகொண்ட காளி, சம்பந்தப்பட்ட பெண் கோவிலுக்கு வந்து மன்னிப்பு கேட்டால்தான் விடுவேன் என்று அலறிக்கொண்டிருக்க, ஊருக்குள் பெரும் பதற்றம் தொற்றிக்கொண்டது. சாமி வந்தவரிடம் சென்று அந்தப் பெண் எவ்வளவோ மண்டி யிட்டு, தான் செய்தது தவறு என்று கேட்டுக்கொண்டதற்குப் பிறகே மலையேறினாள் காளியம்மன்.

அதையெல்லாம் பார்த்தபோது வியப்பாக இருந்தது. தன் மீது மஞ்சள் தண்ணீர் ஊற்றியது மாமன் மகளாகவே இருந்தாலும் தீடீரென சாமிக்கு கோபம் வந்துபோனது.

சிறுவயதிலிருந்தே பெரும் கேள்வியாக இருக்கிறது, கடவுள் எங்கே இருக்கிறார்? என்ற கேள்வி.

தூணிலும் இருப்பார் துரும்பிலும் இருப்பார் என்று சொல்வார்களே அப்படியானால் எங்கே தேடுவது? சில நேரம் சாமி சிலைகளுக்கு முன்பாகச் சென்றால் கொட்டாவியே வந்து போகிறது பிறகெங்கே

நம்பிக்கையோடு வணங்குவது. ஆனாலும் நம்மை மீறி ஏதோவொரு சக்தி பிரபஞ்சத்தில் இருப்பதாக நம்பிக்கொண்டிருக்கிறேன்.

எண்ண அலைகள் இருப்பது உண்மைதான். ஏதோவொன்றின் மீது கவனத்தைக் குவிக்கும்போது, தானாகவே அதுபற்றிய செய்தியும் நிகழ்வுகளும் அருகில் இருப்பதைக் காண முடியும். உதாரணத்துக்காக யாரையாவது அதிகமாக நினைத்துக்கொண்டிருக்கும்போதோ, குறிப்பிட்ட அந்த நபரை அழைத்துப் பேசவேண்டுமென நினைத்திருந்தாலோ, அவரிடமிருந்தே அந்த நாளில் அழைப்பு வருவதைக் கண்டு சிலாகிப்போம். அது பெரும் வியப்பாகவே இருக்கும்.

இப்ப தான் உன்னைப்பத்தி நினைச்சுட்டு இருந்தேன். நீயே கால் பண்ணிட்ட என்ற வார்த்தைகளை எல்லோருமே கேட்டிருப்போம். அது பொய்யல்ல மெய். ஒரு பொருளின் மீது கவனத்தைக் குவிக்கும்போது அதுவே நமக்குக் கிடைத்துவிடுகிறது. எண்ணம்போல் வாழ்க்கை என்பார்களே அது உண்மைதான். எண்ணங்கள்தான் செயல்களைச் செய்ய வைத்து அதை நோக்கிப் பயணிக்க வைக்கிறது.

சுவாமி விவேகானந்தர் சொல்வது போல, எதை நீ நினைக்கிறாயோ அதுவாக ஆகிறாய் என்பது முற்றிலுமான உண்மை. ஆனாலும், நாம் தான் நம்ப மறுக்கிறோம். நம்பிக்கையற்றுத் திரிகிறோம்.

எனக்குத் தெரிந்தவரையில் கடவுள் வெளியில் இல்லை, மனிதர்களின் உருவத்தில்தான் இருக்கிறான்.

பி.எஸ்.சி., முதலாம் ஆண்டு படிக்கும்போது எங்கள் வீட்டில் வறுமை பெரிய அளவில் தலை தூக்கியிருந்தது. கல்லூரிக்குச் செல்வதற்கே வசதியில்லை. முதல் செமஸ்டர் தேர்வு முடிந்ததும் ஏதேனும் ஒரு கடையில் வேலைக்குச் சென்றுவந்தால் பணம் கிடைக்கும், அதை வைத்து படிப்புச் செலவைப் பார்த்துக்கொள்ளலாம். மேலும் வீட்டில் நல்ல சாப்பாடு சாப்பிட்டு பல நாட்கள் ஆகிறது என்பதற்காக, மயிலாடுதுறையில் இருந்த ஹேப்பி வில்லேஜ் ரெஸ்டாரன்டில் சர்வராக வேலை கேட்டுச் சென்றேன். அதன் உரிமையாளர் வடகரையைச் சேர்ந்த முசாகுதீன் என்பவர் என் துயரத்தின் வலிபுரிந்து, சரியென சம்மதம் சொன்னார்.

அன்றிலிருந்து காலையில் வேலைக்குச் சென்றால் வீடு திரும்புவதற்கு நள்ளிரவு ஆகிவிடும். இரவு 11 மணிக்கு கடையை அடைத்துவிட்டு அதன் பிறகு கடைசிப் பேருந்தைப் பிடித்து, மயிலாடுதுறையில் இருந்து மஞ்சளாறு வரை பேருந்திலும், பிறகு அங்கிருந்து சைக்கிளை எடுத்துக்கொண்டு இரண்டு கிலோமீட்டர் கருப்பங்கொல்லை அடர்ந்த அந்த வீதியிலும் பயணித்து ஊரை அடைய வேண்டும். பல நாட்களில்

சைக்கிள் பஞ்சராகவே கிடக்கும். அதையும் தள்ளிக்கொண்டுதான் போவேன் இருள் வெளியில்.

ஊருக்குப் போகும் வழியில் தெருவிளக்கே இருக்காது. கப்பிக் கல்லில் கால்பதித்து நடந்து சென்றதெல்லாம் கண்ணோரமாய் கங்கு கனல் தெறிப்பது போலக் கிடக்கிறது.

அப்படித்தான் மிகுந்த சிரமத்திற்கிடையில் அந்த ஓட்டலுக்கு வேலைக்குச் சென்றுவந்தேன். ஹேப்பி வில்லேஜ் ஓட்டலுக்கு வேலைக்குச் சென்ற பிறகுதான் அதுவரை நான் சாப்பிடாத உணவு கிடைத்து ருசித்து மகிழ்ந்தேன். ஓட்டலில் மீறும் உணவை வேலை செய்பவர்கள் அனைவரும் பகிர்ந்துகொள்வோம்.

பி.எஸ்.சி., படிப்பதால் உணவு பரிமாறுவதற்குக் கூச்சப்படவில்லை. என் வேலையை நேர்த்தியாகவே செய்தேன். அங்கிருக்கும் ஆட்களின் மூலம் எனது திறமையை அறிந்துகொண்ட அந்த ஓட்டல் உரிமையாளர் முசாகுதீன் என் மீது பெரிய அளவில் அன்பு வைத்திருந்தார். சுமார் ஒரு மாதம் வேலைக்குச் சென்ற பிறகு கல்லூரி தொடங்கும் அறிவிப்பு வந்தது.

வழக்கம் போல என் வேலையை முடித்துவிட்டு அன்றைய இரவில் கல்லூரி தொடங்கப் போகிறது. இனிமேல் வேலைக்கு வருவது கடினம், இதுவரைக்கும் செய்த வேலைக்குத் தங்களால் முடிந்ததைக் கொடுங்கள் என்கிறேன். எனக்கு அவரிடம் சொல்ல பயமாக இருந்தது. ஆனாலும் சொல்லிவிட்டேன்.

அவரும், அப்படியா மகிழ்ச்சி அன்பு... என்றபடி பாக்கெட்டிலிருந்து பணத்தை எடுத்து அப்படியே என் கைகளில் திணித்தார். நல்லா படிக்கணும் தம்பி, வேறேதேனும் உதவி தேவைப்பட்டால் வந்து பாரு. இதுல ரெண்டு மாசம் சம்பளம் இருக்கு இதை வச்சுக்கோ என்று சொன்னபோது எனக்கு என்ன சொல்வதென்றே தெரியவில்லை. என் கண்கள் கலங்கியோடியது.

வயிறு நிறைய சோறுபோட்டு, காசு கொடுத்துப் படி என்று சொன்ன அந்த நல்ல மனசு இருக்கிறதே அதைத்தான் கடவுளாக அறிந்தேன். அவர்தான் கடவுள் என்பேன்.

இருபது நாள் செய்த வேலைக்கு, இரண்டு மாத சம்பளம் கொடுத்து அனுப்பினாரே அவர்தானே கடவுள். உண்மையாகவே அந்த மனிதரை என் வாழ்நாள் முழுக்க மறக்க முடியாதுதான்.

எல்லாவற்றையும்விட என் உயிர்வரை கலந்திருக்கும் அக்கா ஒருத்தி இருக்கிறாள். நான் நிற்கதியாய் நிற்கும்போது எனக்காகவே வாழ்ந்த

ஜீவன் அவள். நேரில் சந்தித்தது இல்லை. கனடாவில் வசிக்கும் இலங்கை வாழ் தமிழர் அவர். என் வாழ்க்கையே முடிந்துவிட்டது என்று நினைத்த போதெல்லாம் எனக்கு அவரே மாபெரும் நம்பிக்கையாக இருந்தார்.

எனக்கு மூத்த அக்கா ஒருத்தி இல்லையென்ற குறையை ஷர்மிளா நாகலிங்கம் அக்காவே போக்கியிருக்கிறார். என் வாழ்க்கையின் கடைசி மூச்சு வரை அந்த பந்தம் என் உயிர்வரை கலந்திருக்கும். அவரே எனக்கு கடவுளாகத் தென்பட்டார்.

இப்படி பல்வேறு விடயங்களை கோடிட்டுக் காட்ட முடியும். ஒரு முறை கோவை மேட்டுப்பாளையம் மருத்துவமனையில் மீனா என்ற சமூக சேவகர் தனது பிரசவத்துக்காக அனுமதிக்கப்பட்டு, அவரது சிகிச்சைக்கான பணம் இல்லையென தோழி உமாவின் மூலம் அறிந்தேன். என்னிடம் கையில் பணமில்லை. உடனடியாக அவருக்கு உதவி செய்யும்படி எனது முகநூல் வழியாக நண்பர்களிடம் உதவி கேட்டிருந்தேன்.

இதைப் பார்த்த சம்பந்தப்பட்ட சுபம் மருத்துவமனையின் உரிமையாளர் மருத்துவர் மகேசுவரன் என்னைத் தொடர்பு கொண்டு, மீனாவின் பிரசவச் செலவை தானே ஏற்பதாக சொல்லி அதை நடத்தியும் காட்டினார். உண்மையாகவே நெகிழ்ந்து போனேன். எனக்குத் தெரிந்த வரையில் இதுபோலானவர்கள்தான் கடவுள் என்பேன்.

சோதனைகளைத் தருபவன் கடவுளாக இருக்க முடியாது. அப்படியான சோதனைகளைச் சந்தித்தால் கடவுளே இருக்க முடியாது என்று முன்பொரு நாள் எழுதியிருப்பேன். ஆனால் பல சோதனைகளை கடந்து வந்த பிறகுதான், அடடே இதற்காகத்தானா என்று நினைக்கத் தோணுகிறது.

கொரோனா காலகட்டத்தில் பத்து தலைமுறைக்குச் சொத்து சேர்த்து வைத்திருப்பவர்கள்கூட பொதுமக்களின் பசியைப் போக்கவில்லை. ஆனால், சில ஆயிரங்கள்கூட இல்லாதவர்கள், தங்களால் முடிந்த அளவிற்குப் பொதுமக்களுக்கு உணவுப் பொருட்களை வழங்கினர்.

இங்கே யார் கடவுள்?

கொடுக்க வேண்டும் என்று மனது படைத்திருக்கிறானே அவன்தான் கடவுள். சாமி இல்லையெனத் தேடுவதைவிட, கண்முன்னால் உதவிசெய்யும் சாமிகளைப் போற்றுங்கள்!

இடைநிற்றல்!

17

இளஞ்சிவப்பு நிறத்தில் வெட்கப்பட்டுக் கிடக்கும் வானத்திடம், எதையோ கேட்க முனைவதைப் போலவே பறக்கின்றன குருவிகள். தாழப்பறக்கும் தட்டான்கள் கதிரறுத்த வயல்வெளிகளில் குவிகின்றன. கருவாலிக் குருவிகள் முட்டையிட்டிருப்பதைக் கண்டு அதற்காகவே இரண்டடி தூரம்வரை கதிரறுக்காமல் விட்டுப் போயிருக்கிறார்கள் மகாத்மாக்கள்.

அறுவடை முடிந்த வயல்வெளிக்கவிதைகள் அழகானவை. கீச்சிடும் அணில்களும் தவிட்டுக் குருவிகளும் கதிர் திருடி கொறித்துக்கொண்டிருக்கின்றன.

நடுத்தெரு காளியம்மன் கோவிலில் இருந்து, வேண்டும் வரம் கொடுத்திடுவாள் வேதவள்ளி மாரி... என தூரமாய் ஒலிக்கிறார் எல்.ஆர்.ஈஸ்வரி.

பள்ளிக்கூடம் விட்டு சாரதா டீச்சர் அவரது கணவரின் இருசக்கர வாகனத்தில் ஏறிக்கொண்டு போகிறார்.

கணக்குப் பாடத்திற்குப் பயந்து பள்ளிக்கூடம் போகாமல் உடம்பு சரியில்லையென பொய்சொல்லி மட்டம் போட்ட அறிவழகன் டீச்சரின் கண்களில்

மாட்டிக்கொண்டான். நாளைக்கு இருக்கு, என்றபடி நாட்டமைப் போல டீச்சர் எச்சரித்துவிட்டுப்போன வார்த்தையில் அவன் வீழ்ந்து நொறுங்கினான்.

இனிமேல் அவன் பயத்திலேயே பள்ளிக்கூடத்தை ஒதுக்கலாம், இல்லையெனில் பள்ளிக்கூடம் அவனை ஒதுக்கிவிடும்.

காற்றாடிபோல பறக்கும் வயதில் கல்வியைச் சுமையாக்கி திணித்துக்கொண்டிருக்கும் சில ஆசிரியர்களைப் பார்த்தாலே கோபம் வருகிறது இப்போதெல்லாம்.

ராமு ஏழாம் வகுப்போடு நின்றுபோனதும் அப்படித்தான். காத்தவராயன் ஐந்தாம் வகுப்பைத் தாண்டாமல் போனதும் அதுபோலத்தான்.

எல்லா விரல்களும் ஒன்றுபோல் இருப்பதில்லை என சில ஆசிரியர்களுக்குத் தெரியாமல் போகின்றன. கற்றல் திறன் சிலருக்கு அதிகமாகவும் சிலருக்குக் குறைவாக இருக்கலாம் என்ற பொதுவிதியைக் கூட மறந்துபோகிறார்கள் சில ஆசிரியர்கள்.

கணக்கே வராது என நினைத்துக்கொண்டிருந்த ராமுவுக்கு, இனிக்க இனிக்க கணக்கு சொல்லிக்கொடுத்த ஒரு ஆசிரியர் இருக்கிறார். பள்ளிக்கூடமே போகாத அவன் கணித மேதையாக இருக்கிறான் ஊருக்குள் இப்போதும்.

ஈர்ப்பு விதியாக ஏனிருப்பதில்லை சில ஆசிரியர்கள்.

ஆரம்பப் பள்ளியில் ஜான் ஆசிரியர் இல்லையென்றால் படிப்பின் மீதே எனக்கு ஆர்வமில்லாமல் போயிருக்கலாம்.

படிப்போடு கலையையும் அவரே கற்றுக்கொடுத்தார். முட்டம் என்ற சிறிய குக்கிராமத்தில் ஊராட்சி ஒன்றிய தொடக்கப்பள்ளியில் மாற்றுச் சட்டைக்குக்கூட வழியில்லாத அந்தக் காலத்தில், ஏழைச் சிறுவனாக இருந்த என்னிடம் ஒளிந்திருக்கும் திறமைகளை வெளிக்கொண்டு வந்தவர் அவரே.

90களுக்குப் பிந்தைய காலகட்டம்தான் அது. நீலச்சிற்றாடை என்ற நாடகம் ஐந்தாம் வகுப்பு புத்தகத்தில் இடம் பெற்றிருக்கும். அதில் இருக்கும் பாரி வள்ளலாகவும், அவர் இறந்த பிறகு கபிலராகவும் எனை இருவேடங்கள் நடிக்க வைத்து, கலை ஆர்வத்தைத் தூண்டினார்.

அங்கவை, சங்கவை என்ற இரண்டு மகள்களுக்குத் தந்தையாக, பாரி வள்ளலாக வாளேந்தத் தெரியாத அந்த வயதில், என்னை வாள் பிடித்து நடிக்கச் செய்தார் பள்ளி ஆண்டு விழாவில்.

கொ.அன்புகுமார் | 109

படிப்பை சுமையாக்காமல் அதை வாழ்வியலோடு கலந்து சொல்லிக்கொடுத்ததால்தான், அவரை இன்னும் நினைவில் ஆழமாய் அழுத்தி புதைத்திருக்கிறேன்.

ஒரு கோடை நாளில், அந்தப் பள்ளியில் இருந்து மாற்றுச் சான்றிதழை வாங்கிக்கொண்டு மேல் நிலைப்பள்ளிக்குப் போகும்போது அவர் எனைப் பார்த்து கண்கலங்கி நின்றது நினைவில் இருக்கிறது.

மயிலாடுதுறையில் மேல்நிலைப் பள்ளிக்குச் சென்ற பிறகும் அங்கு சில கசப்பான ஆசிரியர்களைச் சந்திக்க நேர்ந்தது. 9ம் வகுப்பில் அந்தப் பள்ளியில் ஏ, பி, சி, டி என தொடங்கி, ஹெச் வரை 8 வகுப்பறைகள் 9ம் வகுப்பு மாணவர்களுக்காக இருக்கின்றன. ஒவ்வொரு வகுப்பிலும் 50 மாணவர்களுக்குக் குறையாமல் இருப்பார்கள். அப்படி கணக்குப் பார்த்தால் 400 மாணவர்கள் இருப்பர். ஆனால் அவர்களில் வெறும் 150 பேர் மட்டுமே பத்தாம் வகுப்பிற்குச் செல்வார்கள்.

பத்தாம் வகுப்பில் ஏ, பி, சி என்ற மூன்றே வகுப்பறைகள்தான் இருந்தன. அதில் 50 மாணவர்கள் வீதம் நூற்றைம்பது மாணவர்கள் மட்டுமே இருப்பர். மீதமுள்ள 250 பேர் என்ன ஆவார்கள் தெரியுமா?

எனக்குத் தெரிந்த பல நண்பர்கள் இன்னமும் ஆட்டோ ஓட்டிக் கொண்டிருக்கிறார்கள். பத்தாம் வகுப்பில் தேர்ச்சி சதவிகிதத்தை அதிகரிக்க 9ம் வகுப்பு மாணவர்களை வடிகட்டி அனுப்புவார்கள். அதுவும் மிகப்பெரிய தவறான அணுகுமுறையாகவே இருந்தது.

நான் சொல்லும் அந்தப் பள்ளியில் 9ம் வகுப்பு தேர்ச்சி பெறுவது தான் மிகப்பெரிய வெற்றி.

ஒன்பதாம் வகுப்பில் அந்த அனைத்து மாணவர்களும் தேர்ச்சி பெற்றிருப்பார்களேயானால், படிப்பைத் தொடர்ந்திருப்பர். ஆனால், 9ம் வகுப்பில் தேர்ச்சி பெறவில்லை என்றால் படிப்பை நிறுத்திவிட்டு ஆட்டோ ஓட்டுவதற்கோ, பழம் விற்பதற்கோ சென்றுவிட்டார்கள்.

இன்றும் என்னுடன் படித்த நண்பன் மயிலாடுதுறை பேருந்து நிலையத்தின் வாசலில் கூவிக்கூவி பூ விற்கிறான்... நாகராஜ்.

மயிலாடுதுறை புதிய பேருந்து நிலையத்தில் அமுல்பேபி என்ற ஆட்டோவை ஓட்டிக்கொண்டிருக்கிறான் நண்பன் விஜய்.

படிப்பை நிறுத்திக்கொண்டு பழக்கடையை ஆரம்பித்துவிட்டான் கல்யாணம். பிச்சமுத்து கரும்பு ஜூஸ் கடை வைத்திருப்பதைப் பார்த்தும் பார்க்காமல் போனேன்.

இப்படி பல உதாரணங்களைச் சொல்ல முடியும்.

எளிய முறையில் சொல்லிக்கொடுத்துப் படிக்காதவர்களைக்கூட படிப்பின் பக்கம் ஈர்க்க முடியும் என்பது என்னுடைய நம்பிக்கை.

எதெல்லாம் அன்று பெரிய விடயமாக இருந்ததோ அதெல்லாம் மிகச்சிறியதாகத் தெரிகிறது இப்போது.

இதற்காகவா இப்படியெல்லாம் சிரமப்பட்டோம், இதை சொல்லிக்கொடுக்கத்தானா தலையைச் சுற்றி சொல்லிக்கொடுத்தார்கள், இதற்காகத்தானா அவர்கள் சொல்லிகொடுப்பதைக் கடினமாக காட்டிக் கொண்டார்கள் என நினைக்க வைத்துவிட்டார்கள்.

இடைநிறுத்தம் செய்துகொண்டு லாரி ஓட்டும் வேலையில் இருக்கும் உடன்படித்தவன் தேவேந்திரன். அவனது பள்ளி வாழ்க்கை அப்படியாகவே முடிந்துபோனது.

ஆசிரியர்கள் நினைத்திருந்தால் அதை எளிய முறையில் புரிந்து கொள்ளத் தக்க வகையில் சொல்லிக்கொடுத்திருக்க முடியும். தட்டுத்தடுமாறி அவன் கல்லூரி வரை சென்றிருக்கலாம். ஆனால் அவனது பள்ளி வாழ்க்கையே முடித்து வைக்கப்பட்டது.

போன தேர்தலுக்கு ஊருக்குச் சென்றிருந்த போதுதான் ஓட்டுப் போடுவதவற்காக அவனை மீண்டும் பள்ளிக்கூடத்தில் சந்தித்தேன்.

ஐந்தாம் வகுப்பில் நான் நடித்த பாரி வள்ளல் கதாப்பாத்திரத்தில் அங்கவை பாத்திரத்திரமாக இருந்த புனிதாவைக் காதலித்து மணம் முடித்திருந்தான். புனிதாவின் மேல்படிப்பும் என்ன ஆனது என்று கேட்கவே இல்லை கடைசி வரை.

இடை நிறுத்தம் செய்யாமல் ஒரு மாணவனைத் தக்கவைக்கும் மிகப்பெரிய பொறுப்பு ஆசிரியர்களுக்கு இருக்கிறது. ஆனால் யாரும் பொறுப்பைப் பொறுப்பாகச் செய்யாமல் வெறுப்பாகச் செய்வதால் தான் இடைநிறுத்தம் பல ஊர்களில் இன்னமும் தொடர்கிறது!

காதல் அதிகாரம்

எல்லா கோவில் திருவிழாக்களின்போதும் நம்மை சுயநினைவில்லாமல் செய்யவே தாவணியோடு ஒருத்தி வந்து நிற்பாள். கூட்டத்தோடு கூட்டமாக நின்று விழிக்கொத்துவாள். இதழ் சுழிப்பாள். கதவிடுக்குகள் வழியாக எட்டிப் பார்ப்பாள். கோலமிடும்போதும் கோபமாய் இருப்பதுபோல நம்மைப் பார்த்து இமை நொறுக்குவாள்.

மாப்பிள்ளை வீட்டு பெண் உறவாகவோ, பெண் வீட்டு வரவாகவோ கல்யாண மண்டபத்தைக் காலி செய்யும் மதியப் பொழுதுவரை யார் மனதிலாவது புதைந்துவிட்டு, புலம்ப விட்டுவிட்டுக் கிளம்பிவிடுவாள். இன்னமும் கிராமங்களில் வாழுகிறார்கள் அந்த ராட்சசிகள்.

90ஸ் கிட்ஸ் என்ற வார்த்தையே அப்பாவி இளைஞர்களையும் இளைஞிகளையும் நினைவுபடுத்தும். உண்மைதான். உலகம் சட்டென ஒரு 10 வருடத்திற்குள் அதிசார பெயர்ச்சி அடைந்திருக்கிறது. தன்னைத் தானே பல்வேறு பரிமாணங்களில் புதுப்பித்திருக்கிறது.

18

90களுக்குப் பிந்தைய வாழ்க்கையின் ருசி அலாதியானது. கிராமத்து வாழ்க்கையின் சுகந்தங்களை அள்ளிக்கொண்டு நடந்ததில் நானும் அதிலொரு பாக்கியசாலி.

நான் 9ம் வகுப்பு படித்துக்கொண்டிருந்த நேரம் அது. உறவினர் வீட்டு திருமணத்திற்கு முந்தைய இரவே சென்றுவிட்டோம். அப்போதெல்லாம் திருமண மண்டபங்களுக்குச் செல்வதென்றால் வேன் வைத்து அழைத்துப் போவார்கள். தூரத்து உறவினராக இருந்தாலும் மண்டபத்திற்குச் சென்றால் ருசியான சாப்பாடு கிடைக்கும், மகிழ்ச்சியாக இருக்கலாம் என்பதற்காகவே முதல் நாள் இரவே கிளம்புவோம்.

பொதுவாக திருமணத்திற்கு முதல்நாள் மாலைதான் பெண் அழைக்கச் செல்வார்கள்.

பெண் வீட்டில் ஏதேனும் ஒரு பஞ்சாயத்து இல்லாமல் பெண் அழைப்பு இருக்காது. இரண்டு ஊருக்கும் நாட்டாமை பஞ்சாயத்தார்கள் குழு இருக்கும். அவர்கள் முன்னிலையில்தான் பரிசம் போடுவதில் தொடங்கி கல்யாணம் வரைக்கும் நடக்கும்.

ஒருவேளை பெண் அழைக்கச் சென்ற மாப்பிள்ளை வீட்டார் காலதாமதமாகச் சென்றால் அதற்காகவும் அங்கே கலவரம் வெடிக்கும்.

பரிசம் போடுவதில் தொடங்கி வரதட்சணைப் பிரச்சனை வரை பேசிக்கொண்டே இருப்பார்கள்.

என்னங்க பெண்ணுக்குக் குறைவான விலையில் புடவை எடுத்து வந்திருக்கீங்க. நாங்க மாப்பிள்ளைக்கு அப்படியா எடுத்தோம் என்று ஆரம்பித்து, பிரச்சனையைப் பூதாகரமாக்க என்னென்ன வழியிருக்கிறதோ அதையெல்லாம் செய்வார்கள் ஊர்க்காரர்கள்.

பொண்ண அனுப்பிவைக்க மாட்டோம்ங்க, மாப்பிள்ளையோட அப்பா ஏன் வரல, அவங்க தாய்மாமன் எங்கே? உங்க ஊரு நாட்டாமை எங்கே இருக்காரு, பஞ்சாயத்தார் ஏன் வரலன்னு ஆரம்பிக்கும் சண்டை ரகளையில்கூட முடியும்.

அந்தப் பஞ்சாயத்தையெல்லாம் முடித்துவிட்டு பெண்ணை வீட்டுக்கு அழைத்துவரும்போது நள்ளிரவை தாண்டியிருக்கும். இது கிராமங்களில் சில ஊர்களில் இப்போதும்கூட நடக்கும் திருமணக் கூத்து.

90களில் வீட்டில்தான் பெரும்பாலும் திருமணம் நடக்கும். மணவரை என்பது வீட்டு வாசலில்தான் அமைக்கப்பட்டிருக்கும். ஆறேழு நாளுக்கு முன்பாகவே சொந்தபந்தங்கள் எல்லாம் அந்த வீட்டில் கூடிவிடுவார்கள்.

உறவினர்களெல்லாம் ஆளுக்கொரு வேலை செய்து திக்குமுக்காட வைப்பார்கள். அவர்களுக்குச் சோறுபோட்டு கட்டுபடி ஆகாது என்ற கவலையைத் தவிர வேறெந்த குறையும் இருக்காது.

திருமணத்திற்கு முதல்நாள் மாலையில்தான் பெண் அழைக்கச் செல்வார்கள். போனவர்கள் போனதும் அழைத்து வரமுடியுமா என்றால் முடியாது. அங்கிருக்கும் பிரச்சனைகளையெல்லாம் சமாளித்துவிட்டு அவர்கள் வீடுவந்து சேருவதற்கு நள்ளிரவு ஆகும். வருவார்கள் வருவார்கள் என்று காத்திருந்து காத்திருந்து தூங்கிப் போய்விடுவோம்.

நிசப்தமான வீதியையே எட்டிப்பார்த்துக்கொண்டிருப்பார்கள். எங்கேனும் வேன் சப்தம் கேட்டாலும் பெண் வருகிறாள் என்ற அலப்பறைகள் நீளும். ஆனாலும் காத்திருந்து காத்திருந்து கண்கள் ஓய்ந்துபோகும்.

வேனில் வரும்போதுகூட சண்டைகள் நடக்கும். பெரும்பாலும் பெண் அழைப்புக்கு மாப்பிள்ளை வீட்டாருக்கு முக்கியத்துவம் கொடுக்கவேண்டும் என்று எதிர்ப்பார்ப்பார்கள். மாப்பிள்ளை வீட்டு ஆட்களுக்கு வேனில் இடமில்லை என்றாலும்கூட அதுவே கடைசி வரை பிரச்சனையாக நீளும்.

ஒருவழியாக இந்தப் பிரச்சனையெல்லாம் முடிந்து பெண்ணை மணமகன் வீட்டிற்கு அழைத்து வரும்போது, மருமகளே மருமகளே வா வா... உன் வலது காலை எடுத்துவைத்து வா வா... என்ற பாடல் ஒலிக்கவிடுவார்கள். அதுவே அடுத்த நாளுக்கான மகிழ்ச்சிக்கு அழைத்துச் செல்லும்.

எனக்குச் சரியாக நினைவிருக்கிறது, காவிரி பெரியம்மாவின் மகன் சங்கர் அண்ணனின் திருமண பெண் அழைப்பும் நள்ளிரவில்தான் நடந்தது. தொலை தூரமாக இருந்தால் பெண் வீட்டிற்கு வருவதற்கே நேரம் ஆனது. வீட்டில் திருமணம் நடந்தால் வீட்டிலேயே மணமகள் தங்கிவிடுவார். ஆனால் மண்டபங்களில் நடந்தால் அழைத்துவரப்படும் பெண், மாப்பிள்ளை வீட்டில் விளக்கேற்றி வைத்துவிட்டு சிறிது நேரம் அமர்ந்துவிட்டு திருமண மண்டபத்திற்கு அழைத்துச் செல்லப்படுவார். மறுநாள் காலையில் திருமணம் நடக்கும்.

இப்போது இருப்பது போல் பெரிய அளவில் வாகன வசதி இருக்காது. பெண் அழைத்துச் செல்லும் வேனில்தான் திணித்துக்கொண்டு போவார்கள். அந்த ஊரில் இருக்கிற சிறுவர்களான நாங்களும் அதே வேனில்தான் நிற்கக்கூட இடமில்லாமல் திருமண மண்டபத்திற்குச் செல்வோம்.

போகும்போது வேனில் ஒலிக்கும் இசைஞானியின் பாடலுக்காகவே அங்கேயும் சில காதல் துளிர்க்கும்.

அப்படியொரு திருமண நிகழ்வில்தான் தேவதைப் போலொரு பெண்ணை சந்தித்தேன். பெண் வீட்டு உறவினராக அவள் வந்திருந்தாள்.

காதல் என்றால் என்னவென்றே தெரியாத பருவம். 9ம் வகுப்பு படித்துக்கொண்டிருந்த எனக்கு முதல் முறையாக ஒரு பெண்ணின் மீது ஈர்ப்பு வந்தது அப்போதுதான்.

அடிக்கடி சந்திக்கிறோம், வெட்கப்பட்டு மறைகிறாள். அப்படியொருத்தியை முன்னெப்போதும் சந்தித்தது இல்லை. அவள் யாரிடமோ பேசுவதை மறைந்து நின்று ரசித்துக்கொண்டிருந்தேன்.

இரவில் எல்லோரும் படுத்துவிட்டார்கள். ஆனாலும் எனக்கு உறக்கமில்லை. என்னவோ பிடித்திருந்தது அவளிடத்தில் அதை காதல் என்று சொல்ல முடியவில்லை.

மறுநாள் காலையில் அவள் என்னைக் கடந்து சென்றபோது பெயர் கேட்டாள். அதன் பிறகு சாப்பாட்டுப் பந்தியில் சந்தித்தோம். இப்படியாகவே மதியம் 2 மணியாகிவிட்டது.

திருமண மண்டபத்தைக் காலி செய்துவிட்டு, அவரவர் வீட்டுக்குச் செல்லும் நேரம் வந்தது. அவள் தனது ஊருக்குச் சென்றுவிடுவாள். என்னால் அந்த இடத்தைவிட்டு வரவே முடியவில்லை.

வேனில் ஏறிக்கொண்டு வீட்டுக்கு வந்துவிட்டேன். மனம் முழுக்க அவளையே சுற்றி வந்தது. நான் என்ன ஆனேன் என்று எனக்கே தெரியவில்லை. நிச்சயமாக அவளுக்கும் என் நினைவு இருக்கும் என்று நம்பினேன். முதல்நாள் போல் மீண்டும் நடக்காதா என்று ஏங்க வைத்தது அந்தப் பார்வை.

இளையராஜா பாடல் ஒன்றே போதும் எங்களைக் காதலில் கோர்த்துவிட. அவர் பாடல் இல்லாமல் நாங்கள் இல்லை. பெரிய பெரிய பானைகளில் ஸ்பீக்கர் கட்டி இசையோடு உறவாடுவோம். சோறு இருக்கிறதோ இல்லையோ பாட்டு இருந்தது.

தரிசனம் கிடைக்காதா பெண்ணே கரிசனம் கிடையாதா என்ற பாடல் அடிக்கடி ஒலிக்கிறது அவ்வளவு தான். பெருமயக்கம் கூடிக்கொள்ள ஆரம்பித்துவிட்டது. உடம்பெல்லாம் காய்ச்சல். மனசும் சரியில்லை. வீட்டிற்கு வந்தவுடன் படுத்துக்கொண்டுவிட்டேன். அதிலிருந்து மீண்டுவரவே சில நாட்கள் ஆனது.

ஓ... அதுதான் காதலா என்று நினைக்க வைத்தது. எதார்த்தமும், வறுமையும் நிறைந்த காலம்தான் என்றாலும் மகிழ்ச்சிக்குக் குறைவிருக்காது.

இப்போது இருப்பதுபோல் மனிதர்களிடையே கள்ளம் கபடம் இருந்ததில்லை அப்போது. எனக்கு தெரிந்து ஒரு ஆறேழு வருடங்களுக்கு முன்பு நான் ஊருக்கு சென்றால் யார் வீட்டில் எந்த வீட்டில் சாப்பிடுவது என்று கூட தெரியாது. அந்த அளவுக்கு உறவுகள் அன்பு சூழ்ந்து கிடக்கும்.

சாப்பிட வரவில்லை என்றால் கோபித்துக்கொள்வார்கள். ஆனால் இன்றைக்கோ அவரவர் குடும்பம் என்றாகி தனித்துக்கிடக்கிறார்கள்.

90-களில் தனது காதலை சொல்வதற்கு கூட அச்சப்பட்டு சொல்லாமல் போன காதல் அதிகம். ஒரேயொரு காதல் போதும் தனிமைப் பெற்று சாவதற்கும். தன்னம்பிக்கை பெற்று வாழ்வதற்கும்.

காதல் கீதங்கள் இசைக்கப்படும்போது காற்றில் பறக்கத்தான் வேண்டும் போலிருக்கிறது. ஒரு காதலை ரம்மியமாக ஊற்றிக்கவிழ்க்க இசைஞானியால் மட்டுமே முடிந்தது.

அவள் வேண்டும் என்று ஆரம்பித்து அந்த நினைவுகள் மட்டுமே போதுமென்று முடித்துக்கொள்கிறது சொல்லாத காதல். ஆம், காதல் வயப்படாமல் தனது பருவ வயதை யாருமே கடந்துவிடமுடியாது.

காதலைச் சொல்வதற்கே தடுமாறி, ஒரே ஒரு ரோஜாவை பரிமாறிக்கொள்ளத் தயங்கி நின்று அதன் பிறகு வெற்றிபெறும் காதல் கடைசிவரை உயிர்வரை கலந்திருந்த 90களின் வாழ்வியல் 2 கே கிட்ஸ்களுக்குத் தெரிந்திருக்க வாய்ப்பு இல்லை.

டேட்டிங் கலாசாரத்தில் சிக்கிக்கிடக்கும் இந்தக் கால இளைஞர்களுக்கு எல்லாமே எளிதாகக் கிடைத்துவிடுகிறது. அதனால்தான் சீக்கிரம் மறைந்துபோய்விடுகிறது.

திருமணத்திற்கு முன்பே உறவு வைத்துக்கொள்ளும் அளவுக்கு இந்தக் கால பிள்ளைகள் மாறியிருக்கிறார்கள். ஒரு பத்துவருட காலத்தில் இவ்வளவு மாற்றமா என்றே திகைத்து நிற்கிறோம். இன்னமும் 90 கிட்ஸ்களுக்குப் பெண் கிடைக்கவில்லை என்ற கேலியும் கிண்டலையும் பார்க்கும் போது ஒருபக்கம் சிரிப்பும் மறுபக்கம் அழுகையும் சேர்ந்தே எழும்.

தன் வயதைத் தொலைத்து, குடும்பத்திற்காக ஓட்டமாய் ஓடி, அக்கா தங்கைகளுக்குத் திருமணம் முடித்து, தனக்கொரு துணை

கிடைக்கவில்லையே என்ற வெறுமையில் ஏராளமான 90 கிட்ஸ்கள் இருக்கிறார்கள். அவர்களுக்குக் குடும்ப அமைப்பு சிதைந்துவிடக்கூடாது என்ற கனவிருக்கிறது.

இதயம் திரைப்படத்தில் வரும் முரளியைப் போல, காதலைச் சொல்லாமல் தனக்குள்ளேயே விழுங்கி, காதலி எங்கிருந்தாலும் நன்றாக வாழட்டுமென்ற தியாகியைப்போல் இருந்துகொண்டிருக்கிறார்கள்.

தன்னை ஏமாற்றியப் பெண்ணை பழித்தீர்க்க நினைக்கும் இந்தக் கால இளைஞர்களிடம் இருந்து முற்றிலும் மாறுபட்டவர்கள் அவர்கள். ஃபோன்கூட அடிக்கடி அப்டேட் கேட்கிறது. ஆனால் தன்னை நவீன காலத்திற்கு ஏற்றார் போல் மாற்றிக்கொள்ள தயங்குகிறார்கள் 90 கிட்ஸ்.

இந்த வாழ்க்கை அவர்களுக்குப் பிடித்திருக்கிறது.

90களில் பிறந்தவர்களைத் திருமணம் செய்யும் பெண்கள் பாக்கிய சாலிகள். அவர்களுக்கு அந்த ஆண் ரூபத்தில் கணவன் மட்டுமல்ல நல்ல தந்தையானவனும் தாயுமானவனும் கிடைத்திருப்பான்.

கணேசன் என்ற நண்பன் ஒருவர் துர்கா என்ற பெண்ணை காதலிக்கும்போது நாங்களெல்லாம் படம் போல் வேடிக்கை பார்ப்போம். கிளியனூர் மினி பேருந்தில் வரும் அந்த காதல் ஜோடிகளுக்கு கர்ணன் போல் உதவி செய்வோம். அருகருகே இருக்கும் பள்ளிக்கூடம்தான்.

அந்தப் பெண்கள் மேல்நிலைப் பள்ளி வாயிலில் ஒரு பிள்ளையார் கோவில் இருக்கிறது. அங்கேதான் தினமும் அவன் அந்தப் பெண்ணைச் சுற்றி வருவான்.

சில நாட்களில் என்னையும் துணைக்கு அழைத்துக்கொண்டு சுற்றியிருக்கிறான். ஆனால் கடைசியில் அந்தக் காதல் பாதியிலேயே முறிந்துபோனது. வேறு வேறு சமூகத்தைச் சேர்ந்தவர்கள் என்பதால் நடக்காமல்போய்விட்டது. அது நடக்காமல் போன வேதனையில் மருந்துகுடித்து தற்கொலைக்கு முயன்ற அவனை காப்பாற்றிவிட்டார்கள். அந்தக் காதல் உள்ளுக்குள் வாழ்ந்திடவே செய்யும்.

90 கிட்ஸ்களின் காதல் வாழ்க்கை குறித்தும் ஏதுமறியா அந்த வெள்ளந்தி பருவத்தையும் பற்றி பேசினால் நாட்கள் போதாது.

இதுதான் உலகமென வாழ்ந்த பின் ஏதேதோ உலகமென தோணுதடா... அது தான் உலகமென நினைத்திருந்தால் அடுத்த நாளே இன்னொன்று முளைக்குதடா..!

கிழக்குக் கரை

19

சென்னையின் வீதிகளில் பனங்காய் நுங்கு விற்பனை செய்யும் தம்பியொருவன் "ஏண்ணே இந்த வழியாதான் போறீங்க வர்றீங்க ஒருநாள்கூட வாங்க மாட்டேங்கறீங்களே" என்றான்.

அவனிடம் சொல்வதற்குப் பல கதைகள் இருந்தன என்னிடத்தில். ஆனால் சிரித்துக்கொண்டே வந்து விட்டேன்.

பள்ளிக்கூடம் விட்டு வீட்டுக்கு வந்தவுடன் யாருக்கும் தெரியாமல் அரிவாளை எடுத்துக்கொண்டு பனைமரக்காட்டிற்கு விரைவோம். கிழக்குக் கரையில் உள்ள நூற்றுக்கும் மேற்பட்ட மரங்களில் பாதியாவது ஏறியிருப்பேன்.

கோடங்குடி மதுவாங்கரை வரை எந்த மரம் அதிக குலை தள்ளியிருக்கிறதோ அதில் ஏறி பனங்காய் வெட்டிப்போடுவோம்.

நெடுநெடுவென வளர்ந்து நிற்கும் பனை மரங்களில் ஏறுவது எளிதல்ல. காற்றுக்கு வாக்கப்பட்ட மரங்கள்

ஆடிக்கொண்டே நிற்கும். அதில் தைரியமாய் ஏறுவதற்கும் உடம்பில் தெம்பு வேண்டும்.

பனை மரங்களின் கழுத்துப் பகுதி எப்போதும் பருத்து இருக்கும். அணைத்து ஏறுவது பெரும் சிரமம். மேலே செல்லச்செல்ல பதற்றமே மேலோங்கும். கருக்குமட்டை கிழிக்காமலும் நெஞ்சு தேயாமலும் ஏறி இறங்கிவிட முடியாது. மேலே ஏறிவிட்டாலும் மட்டையைப் பிடித்து உச்சிக்குத் தாவும்போது உடம்பெல்லாம் நடுக்கம் வந்துபோகும்.

பலநேரம் இடுப்பில் செருகி வைத்த அரிவாள் மேலே தாவும்போது கீழே விழுந்துவிடும், அதனால் மறுபடியும் இறங்கி ஏறவேண்டிய நிலை வரும். சிறிய மரமென்றால் கீழிருந்து நண்பர்கள் தூக்கிப்போட்டால் பிடித்துக்கொள்வோம்.

மரத்தின் உச்சியிலேயே ஒரு பனங்காயை வெட்டி சாறு குடிக்கும் பழக்கம் எனக்கிருந்தது. ஒன்றிரண்டு நுங்குகளை அங்கேயே ருசி பார்த்துவிட்டு, ஒவ்வொரு குலையாக வெட்டிச் சாய்பேன்.

நீங்கள் நினைப்பது போல் இல்லை அரிவாளால் வெட்டுவது. கரணம் தப்பினால் மரணம் என்பதுபோல பார்த்துப்பார்த்துதான் வெட்ட வேண்டும். ஓங்கி வெட்டும்போது அது பின் மட்டையில் இடித்து முகத்துக்கும் வரலாம் காலுக்கும் போகலாம். ஆகையால் கவனமாக வெட்டிப்போட வேண்டும். ஒன்றிரண்டு பேர்தான் பனங்காய் வெட்டச் சென்றிருந்தாலும் குறைந்தது 10 குலையாவது வேண்டும். ஒரு குலையில் கிட்டத்தட்ட 15 பனங்காய்கள் வரை இருக்கும். மூச்சு முட்ட தின்றுவிட்டு மீதியை அங்கேயே போட்டுவிட்டு வந்துவிடுவோம். அங்கு ஆடு மேய்க்கும் நபர்கள் அதை எடுத்துச் செல்வார்கள்.

பனங்காய் என்பது மரமேறத் தெரியாதவர்களுக்கு ஊரில் பெரிய விடயம்தான். பனங்காய் வண்டிக்காக காடுமேடு திரிவோம்.

எனக்குச் சரியாக நினைவிருக்கிறது ஒருநாள் எனக்கு நுங்கு வண்டி செய்து தருவதற்காக எனது தாத்தா உத்தண்டி பனங்கரைவரை சென்று, அங்கு யாரோ சிலர் வெட்டிப்போட்டிருந்த பனங்காய்களை எடுத்து வந்து தந்தார். அன்றிலிருந்து அதன் மீதான மோகம் அதிகரிக்கச் செய்தது.

கிழக்குக் கரை பனங்கரை சில காலம்வரை நாடார்களின் வசம் இருந்தது. கள் இறக்குவது வாடிக்கையாக இருந்தால் அந்த மரத்தில் ஏறமுடியாது. கள் இறக்கும் மரங்களில் ஏறினாலே குற்றமாகக் கருதப்படும்.

ஊரில் இருந்த நூற்றுக்கு 90 சதவிகிதத்தினர் வீடுகளில் பசியும் பட்டினியும் அதிகம் இருந்த காலகட்டம் அது. அந்த நாட்களில் பனை

மரங்களே எங்கள் பசியை ஆற்றியிருக்கின்றன. மும்மாரி மழைப் பொழியும் ஊர்தான் எனினும் விவசாயத்தை மட்டுமே நம்பியிருந்தோம். காவிரியில் தண்ணீர் திறந்து அது கடைமடை வரை வந்தால் மட்டுமே விதை தெளித்து விவசாயம் நடக்கும். இல்லையெனில் இரண்டு போகம் நடுவதற்கே உயிரறுந்து போகும்.

கிழக்குக் கரை பனங்கரை எங்கள் ஊரின் எல்லையாகவும் இருந்தது. அதிலிருந்து ஒரு கிலோமீட்டர் தூரம் நடந்து சென்றால் கோடங்குடி என்ற கிராமம் வரும்.

கோடங்குடி எல்லை ஆரம்பிக்கும் வழியில் போர் கொட்டகைக்கு அருகேயே தனி நபருக்குச் சொந்தமான ஒரு சிறிய பனைமரம் இருந்தது. அதில் மரம் தாங்காத அளவுக்கு குலை தள்ளியிருந்த பனங்காய்களைக் கண்டு மிரண்டு போனோம். அதை எப்படி ருசிப்பது என்று திட்டம் போட்டதன் விளைவு, திருட்டு. ஆம், திருடுவது என்று முடிவு செய்யப்பட்டு நண்பர்கள் சதீஷும் கண்மணியும் அங்கே சென்றார்கள். யாராவது வந்தால் சமிஞ்சை கொடுக்கவே நான் தூரமாய் நின்றுகொண்டிருந்தேன்.

மரத்தில் ஏறி முதல் குலையை வெட்டிச் சாய்த்தபோது ‘‘யார்றா அவன்’’ என்ற குரல் ஒலிக்க, அவ்வளவுதான் மரத்திலிருந்து குதித்துவிட்டான் கண்மணி. வயல் வெடுப்புகளையெல்லாம் பார்க்காமல், அங்கிருந்து தப்பியோடி வந்தோம்.

அதில் சிரிப்பு என்ன வென்றால் ஓடிவந்த அவசரத்தில் மரத்திலேயே அரிவாளை விட்டுவிட்டு வந்துவிட்டான் கண்மணி. வீட்டில் அரிவாள் இல்லையென்றால் அடிவிழும். அதற்காகவே இரண்டு மணி நேரம் பனங்கரையோரம் அமர்ந்து, அந்த வயல்காரார் வீட்டுக்குச் சென்றபிறகு மீண்டும் மரத்தில் ஏறி அரிவாள் எடுக்கச் சென்றவன், அங்கிருந்த பனங்காய்களை வெட்டிப்போட்டுவிட்டான். அதை சாப்பிட்டுவிட்டுத் தான் வீடுபோய்ச் சேர்ந்தோம்.

இதெல்லாம் நடந்து 20 வருடங்களுக்கு மேலாகிவிட்டன. ஆனாலும் அந்த நினைவுகள் என் நெஞ்சுக்குள் இப்போதும் ரம்மியமாய் நிழலாடுகிறது.

பள்ளி விடுமுறை நாளில் பனங்கரையோரம் தான் மாடுகளை விட்டுவிட்டு கூட்டாஞ்சோறு சமைப்போம். என்னதான் பனங்கரை வரை செல்ல அனுமதியிருந்தாலும் அதைத் தாண்டிப் போனதில்லை. அருகே இருக்கும் கோடங்குடி கிராமம் எப்படி இருக்கும் என்று கற்பனை செய்து பார்த்துக்கொள்வேன்.

ஊரைத்தாண்டி பறக்காத சிறுவயதில், சுற்றியிருந்த ஊர்களின் திருவிழாக்களில் இருந்து கிளம்பிவரும் மேளச் சப்தமும், திருமண விழாக்களில் இருந்து காற்றில் மிதந்துவரும் பாடல்களும் உள்ளுக்குள் என்னவோ செய்யும்.

முதல் முறையாக கோடங்குடி தீமிதி திருவிழாவுக்காக என் மச்சான் புகாரியின் தாய்வழிச் சொந்தமான எருக்கட்டாஞ்சேரி பாட்டியின் தலைமையில் பாதுகாப்போடு சென்றோம்.

திருவிழாவில் குறத்தி ஒருவர் பலூன் விற்றுக்கொண்டிருந்தார். அதை எனது அத்தை மகன் கண்மணி பிடித்து இழுத்துவிட உடனே அவனது கையைப் பிடித்துக்கொண்டார் அந்த குறத்தி.

அந்தச் சம்பவத்தில் நான்தான் அப்படி மாட்டிக்கொண்டேன் என அந்த பாட்டி அடிக்கடி என்னை குறத்தி திருடன் என்பார். எதார்த்தங்கள் நிறைந்த வாழ்க்கை அது.

பனங்கரைக்கும் எனக்குமான பந்தம் அளவிட முடியாதது. பனங்காய் சாப்பிடுவதற்காகவே ஒரு காலத்தில் பனங்கரை சென்றவன் வயது ஆக ஆக அங்கிருக்கும் தூக்குனாங்குருவிக் கூடுகளை ரசிக்க ஆரம்பித்துவிட்டேன்.

அந்தரத்தில் வீடு... அடுக்கிக்கட்டிய கூடு... ரெட்டை வாசலில் மண்ணில்லா சுவர்... மடைதிறந்த காற்று... படபடக்கும் பனையோலை... பரிபாஷைகள் பேசிட கீச்சல் மொழி... வெறென்ன வேண்டும் சொர்க்கம் தான்.!

மேற்கத்தி காற்றில் கூடுகள் அங்குமிங்குமாய் பறக்க, அதில் தூக்கணாங்குருவிகள் போடும் ஆட்டம் இருக்கிறதே அப்பப்பா கண்கொள்ளாக் காட்சியாக இருக்கும். ஒருமுறையேனும் அந்த கூட்டுக்குள் ஓரிரவாவது தங்கிவரவேண்டும் என்ற ஆசையிருந்தது.

சில நாட்கள் கழித்து அந்தப் பனங்கரையோரம் கீழே கிடந்த குருவிக்கூட்டைப் பார்த்தேன். எத்தனை நாள் உழைப்போ அவ்வளவு நேர்த்தியாகக் கட்டியிருந்தது. மட்டையோடு அதை யாரோ வெட்டிப் போட்டிருந்தார்கள். அந்தக் குருவிகள் கூடு பிண்ணியிருக்கும் அழகை பார்த்துக்கொண்டே வீடுவரைக்கும் நடந்தேன்.

ஏனோ அந்தக் கூட்டை என்னுடனேயே வைத்துக்கொள்ள நினைத்தேன். ஆனாலும் மனம் தாங்கவில்லை. அன்றிரவு முழுக்க, அந்தக் குருவியின் உழைப்பை வைத்திருப்பது பாவம் என்று தோன்றியது. மறுநாள் காலையிலேயே பனங்கரை நோக்கி ஓடினேன். அந்தக் கூட்டை பனைமரத்தின் மீது கட்டிவிட்டேன்.

அதே கூண்டில் மீண்டும் குருவிகள் தங்கியதா என்று பார்க்கவில்லை. ஆனால் மனதுக்குள் சந்தோஷம் ஊற்றெடுத்தது.

பறவைகளுக்கும் எனக்குமான பந்தத்தை தூக்கணாங்குருவிக் கூடுகளே என்னிடம் விவரித்தது போல இருந்தது. கல்லூரி சென்ற பிறகும் பனங்கரைக்கு குருவிக்கூடுகளைப் பார்ப்பதற்காக செல்வேன். அதனுடன் தனிமையில் பேசிக்கொண்டிருப்பேன். பனைமரங்களை ஒட்டியிருக்கிற வாய்க்காலில் நீர் ததும்பிச் செல்லும் போது கால் நனைத்து விளையாடுவேன். வறண்டு கிடக்கும் போதும் அதில் பறவைகளின் சிறகுகளைத் தேடுவேன்.

ஒருமுறை என் கண் முன்பாகவே ஒரு பனைமரத்தைச் சாய்த்துக்கொண்டிருந்தது ஒரு கும்பல். கிட்டத்தட்ட 100க்கும் அதிகமான தூக்கணாங்குருவிகள் வசித்த அந்த மரத்தை அதன் கூடுகளோடு வேரோடு வெட்டி வீழ்த்தினார்கள். மனமெல்லாம் அலறலோடு பார்த்தேன். ஒரே ஒரு கூடு கீழே விழுந்தற்கே நொடித்துப் போனவன் நான், ஆனால் என் கண்முன்பாகவே அந்தக் கொடூரம் நடந்தது.

பனங்கரை எங்கள் விடுமுறைக் காலத்துச் சொர்க்கபூமி மட்டுமல்ல, அது மழைக்காலத்து மேக அடுக்கு போலவும் என்னை எப்போதும் சூழ்ந்துகொள்ளும்.

ஒரு பனை நுங்கு வாங்கவில்லையா என்ற கேள்வி, எனை பழைய காலத்திற்கு இழுத்துச் சென்று, மரமேற்றி, முந்தைய சொர்க்கங்களை மீண்டும் நினைவில் புகுத்திவிட்டுச் செல்கிறது என்றால் அந்த வாழ்வியல் எப்படி இருந்திருக்குமென யோசித்துப் பாருங்கள்!

◯

பெயரில்லாத தெருநாய்!

20

ஒரு மழையிரவில், தெருநாய் ஒன்று என் வீட்டு மாடிப்படிக்குக் கீழே ஐந்து குட்டிகளை ஈன்றுவிட்டுக் கத்திக்கொண்டிருந்தது.

பேய் மழை அப்பிப் பெய்த வேளை. சாலையை மூழ்கடித்த வெள்ளநீர் மெல்லமெல்ல மாடிப்படிகளைத் தழுவுவதற்குத் தயாரானது. அடடா! இந்த நேரத்திலா அது குட்டி போடவேண்டும். குளிரடிக்கும் அந்த இரவை அதன் சிசுக்கள் எப்படிக் கடக்கும் என்று மனம் பதைத்தது!

நான் வசிக்கும் சென்னை வீட்டின் மாடிப்படி அருகே தினந்தோறும் இரண்டு நாய்கள் வந்து படுத்துறங்குவது வழக்கம். அதிலொன்று தான் அந்த சிகப்பன். பல இடங்களில் சுற்றித்திரிந்துவிட்டு இங்கே வந்து படுத்திருக்கிறதே என்று கோபத்தில் அதை விரட்டியடிப்பேன். ஆனாலும் அடுத்தடுத்த நாட்களிலும் அது அங்கேயே வந்து உறங்கும். என்னைப் பார்த்துவிட்டால் எழுந்து ஓடும்.

இந்த மாநகரில் தெருவில் வசிக்கும் நாய்கள் அனைத்தும் ஆங்காங்கே தெருவிலேயே கிடக்க, இதுமட்டும் இரும்பு கேட்டிற்கு உள்ளே இருந்த அந்த மாடிப்படியை தனது வீடாக்கிக்கொண்டது.

அடைமழை விடாமல் பெய்தது. மின்சாரம்கூட இல்லை. அந்த இரவில் அதிக மழை கொட்டும் என்றும் வானிலை ஆய்வு மையம் ரெட் அலர்ட் கொடுத்திருந்ததால், எப்படியும் விடிவதற்குள் முழங்கால் முட்டியளவு தண்ணீர் வந்துவிடும் என்று யோசித்தேன்.

காற்று பலமாக வீசிக்கொண்டிருந்ததால், கதவைத் தாழிட்டிருந்தேன். மழை சப்தமும் காற்றின் ரீங்காரமும் பயமுறுத்தலை விதைக்க, அதனூடே நாய்க்குட்டிகளின் அலறலைக் கேட்டு மனம் உடைந்தேன். கதவை திறந்து வெளியில் சென்றால், என்மீது பயம்கொண்டு அந்த நாய் தனது குட்டிகளை விட்டுவிட்டு ஓடினாலும் ஓடிவிடும். அதனால் உள்ளேயே அமர்ந்திருக்கலாம் என்று அமைதி காத்தேன். நேரம் செல்லச் செல்ல அதன் சப்தம் அதிகரித்தது.

மழை அதிரத்தொடங்கியதுமே அந்த குட்டிகளை மாடிப்படிக்கு எடுத்துவரலாமா என்று யோசிப்பதற்குள், அது தனது குட்டிகளை திருடுவதாக நினைத்து என்னை கடித்துவிட்டால் என்ன ஆவது என்று கவனமாக இருந்தேன். மழையின் கூச்சல் நிற்கவேயில்லை. நாய்க்குட்டிகளும் அலறிக்கொண்டே இருந்தன. அது பசியோடு இருக்கும் என்று தெரியும்.

என்னதான் நடக்கிறது என்று பார்ப்பதற்காக, மெதுவாக கதவைத் திறந்தபோது, தனது குட்டிகளை வாயில் கவ்விக்கொண்டு, அந்த தாய் நாய் மாடிப்படியின் மேலேறி வருவதைப் பார்த்தேன். தனது குட்டிகளை ஒன்றன்பின் ஒன்றாக அது கரையேற்றி முதல் தளத்திற்குடு கொண்டு வந்து சேர்த்தது.

அப்போதுதான் எனக்கே பெருமூச்சு வந்தது. மழையில் குட்டிகள் நனையுமானால் அதன் நிலைமை மோசமாகும். அதுவும் வெள்ளநீரில் மூச்சுமுட்டி இறந்தால் அந்தப் பாவத்திற்கு நானும் காரணமாகிவிடுவேன் என்று அச்சப்பட்டேன்!

நல்லவேளையாக அந்த நாய்க்குட்டிகளை அதன் தாய் பத்திரமாகக் கரையேற்றிப் படுத்திருந்தது.

காலையில் ஆரம்பித்த மழை நிற்கவில்லை. அந்த நாய்க்குட்டிகளின் பசிக்கு ஏதேனும் கொடுக்கலாம் என்றால் வீட்டில் பாலும் இல்லை. ஒரு கப்பில் சோறு எடுத்துச்சென்று வைத்துவிட்டு வந்தேன்.

குட்டிகள் பார்ப்பதற்கே அழகுற மிளிர்ந்தன. தாய் நாய் பசியாறினால் அதற்குப் பாலூறும். அப்போதுத்தான் அந்தக் குட்டிகளுக்குக் கிடைக்கும் என்று நினைத்தேன்.

அந்த நாள்தொட்டு அந்த நாயை விரட்டவும் மனமில்லாமல் வீட்டுக்குள்ளேயே வைத்துக்கொள்ளவும் வழியில்லை.

இந்த ஓராண்டு காலத்தில் முற்றிலுமாக மாறிவிட்டேன். அந்த நாய்களை விரட்டுவதில்லை. எல்லாம் சில காலம். யாருக்குத்தான் இங்கே எதுசொந்தம்? எல்லா உயிர்களுக்கும்தானே மண் சொந்தம். வாடகைக் கொடுத்து வசிப்பதால் அதற்கு நாமே உரிமையாகிவிட முடியுமா என்ன? கடைசியில் அரைஞாண் கயிறைக்கூட அறுத்து விட்டுத்தானே புதைக்கிறார்கள். பிறகென்ன முரண்பாடு என்று எனக்குள்ளேயே சொல்லிக்கொண்டேன்.

இதில் கொடுமை என்னவென்றால் அடுத்த ஓரிரு நாட்கள் கழித்துப் பார்த்தபோது அதன் குட்டிகள் ஆளுக்கொரு மூலையில் தெருவில் இறந்து கிடந்தன. அவ்வளவுதான் என் உயிரே அறுந்தது போலாகிவிட்டது. குட்டிகளைப் பார்த்துக் கதறி நின்ற தாய்க்கு என்ன ஆறுதல் சொல்வேன். மவுனங்களே சாட்சியாய் நின்றன. என்ன ஆனது என்று தெரியவில்லை. யார் கொன்றார்கள் என்பதும் புரியவில்லை. பசியில் இறந்திருக்குமா என்றும் யோசித்தேன். நாமும் கொஞ்சம் கவனிக்காமல் வெளியில் சென்றுவிட்டோமே என்ற குற்றவுணர்வு தீயிட்டது.

அய்யோ ஆண்டவா! அதற்கு நீ படைக்காமலேயே இருந்திருக்கலாம் அல்லவா? என்று கதறினேன். அந்தக் குட்டிகளின் மின்னல்விழிகள் என் கண்ணுக்குள்ளேயே இருந்தன. அந்தக் குட்டிகள் தன்னை அறியும் முன்னே இந்த உலகத்தைவிட்டு மறைந்து போனதை ஏற்றுக்கொள்ளவே முடியவில்லை.

ஒருவழியாக ஒரு மழைக்காலத்தைக் கடந்த பிறகுதான் அது நினைவில் இல்லாமல் போனது. இப்போதெல்லாம் அந்த தாய் நாய்தான் எனக்குப் பாதுகாப்பு அரணாய் மாறியிருக்கிறது.

என்னைப் பார்த்தால் இப்போதெல்லாம் அவை எங்கும் எழுந்து ஓடுவதில்லை. அவற்றைத் தாண்டி வரும்போது நான் எதுவும் செய்யமாட்டேன் என்று நிம்மதியாய் உறங்குகின்றன. காலம் எவ்வளவு பெரிய பாடங்களை எவ்வளவு பெரிய உண்மையை எந்த வயதில் போதித்திருக்கிறது பாருங்கள்.

தெருநாய்களுக்கு ஏன் பெயரில்லை? அதையேன் யாரும் கண்டுகொள்ளவில்லை. எங்கள் ஊரில் இருக்கிற தெரு நாய்களுக்குப் பெயர் இருக்கிறதே. டாமி என்றோ, காலா என்றோ, டைகர் என்றோ அழைத்தால் ஓடி வருகிறதே அதைப் போல் ஏன் நகரங்களில் இல்லை என்று யோசித்திருக்கிறேன். சரி, பெயர் வைக்கலாமா என்று

நினைத்தபோது, அதற்குச் சோறே வைக்கவில்லை பிறகெப்படி பெயர் வைப்பது என்று ஒதுங்கிக்கொண்டேன்.

தெரு நாய்கள் சந்ததி சந்ததியாக தெருவில்தான் கிடக்க வேண்டுமோ. வீட்டு நாயாய்ப் பிறப்பதற்கும் தெருநாயாக இருப்பதற்கும்கூட வர்ணாசிரம பேதங்கள் இருக்கிறதா?

நாயைப் பற்றி பேசுவதற்கு அப்படியென்ன முக்கியத்துவம் இருக்கிறது என்று நீங்கள் கேட்கலாம். ஆதிகாலத்தில் இருந்து என் பாட்டனுக்கும் முப்பாட்டனுக்கும் நாய்தான் உற்றத்தோழனாக இருந்திருக்கிறது. அது தான் வழிகாட்டியாகவும் பாதுகாப்பாகக் கூடவே வந்திருக்கிறது.

ஒருமுறை ஜீ தமிழ் தொலைக்காட்சியில் நம்பினால் நம்புங்கள் என்ற நிகழ்ச்சி ஒளிப்பதிவிற்காக சதுரகிரி மலைக்குச் சென்றிருந்தோம். சித்தர்கள் அதிகம் உலவும் மலையாக கூறப்படும் சதுரகிரி மலையில், மலையேறுவதற்கு முன்பே சில அதிசயங்களைப் பகிர்ந்தார்கள் நண்பர்கள். அதாவது போகும்போது வழி தெரியவில்லை என்றால் ஒரு நாய் வந்து வழிகாட்டும் என்று சொன்னார்கள். உண்மைதான். சித்தர்கள் பைரவர் வடிவாக வந்து வழிகாட்டுவதாக நம்பப்படுகிறது. அது நடந்தது. அவ்வளவு சக்திவாய்ந்த ஜீவன்கள்தான் நாய்கள்.

வாகனங்களில் மெதுவாகச் செல்லுங்கள். நன்றியுள்ள ஜீவன்களுக்கும் குடும்பம் இருக்கிறது. என் கண்முன்னே தனது குட்டியை விபத்தில் இழந்துவிட்டு கதறி நின்ற அந்த நாயின் கோலம் இன்னும் என்னை சரியாகத் தூங்கவிடவில்லை.

தெருநாய்களைச் சீண்டுவதற்குக்கூட ஆள் இல்லைதான். பெரு நகரங்களில் குப்பைத்தொட்டிகளைத் துழாவும் நாயின் பசியைப் பற்றி யாருக்கேனும் அக்கறை இருக்கிறதா... நான் உட்பட இல்லைதான்?

அதற்கு தினந்தோறும் சோறு வைக்க வேண்டும் என்று ஆசை இருக்கிறது. ஆனால் ஒருவேளை வைக்க முடியாமல் போகும் சூழல் வந்தால், அவை ஏமாற்றம் அடையாதா? அது வீட்டு வாசலை வந்தடைந்து ஏக்கத்தோடுத் திரும்பினால் என் மனம் தாங்காதே. அதற்காகவே அதனோடு ஒட்டுறவு இல்லாமல் இருந்துவந்தேன் சிலகாலம்.

இதெல்லாம் நியாயமா அன்பு, தினந்தோறும் வைக்க முடியவில்லை என்றாலும் வாய்ப்புக் கிடைக்கும்போதும் வீட்டில் உணவு மீறும் போதாவது வைக்கலாம் இல்லையா என்று என் மனசாட்சி கேட்கும். ஆனால் என்னவோ அதை பழக்கிவிட்டால் தினந்தோறும் அதற்கு உணவு வைத்தே ஆகவேண்டும் என்பதாலேயே அதைத் தவிர்த்து வந்தேன்.

சென்னையில் எங்கள் தெருவில் பணக்கார நாயொன்று இருக்கிறது. அதற்காகவே கிலோ கணக்கில் மாமிசங்களை வாங்கி வருகிறார் அதன் உரிமையாளர். அடிக்கடி தனது எஜமானருடன் வெளியில் செல்லும்போது பென்ஸ் காரில் இருந்து தெருநாய்களை எட்டிப்பார்த்துவிட்டுப் போகிறது.

கடைசிவரை தெருநாய்களுக்கு அது ஏன் தெருநாயாக ஆனோம் என்பதே தெரியாமல் போய்விட்டது. கடைசிவரை தெருநாய்கள் அரைவயிறு கூட நிரம்பாமல், குப்பைத்தொட்டிகளைத் துழாவிக் கொண்டுதான் இருக்க வேண்டும் போலிருக்கிறது.

சென்னை, கொட்டிவாக்கம் கடற்கரை அருகே வானுயர்ந்த கட்டடங்கள் நிறைய இருக்கின்றன. அதெல்லாம் பெரும் கோடீஸ்வரர்கள் வசிக்கும் பேலஸாக இருக்கும்.

பெரிய பெரிய இரும்பு கேட்டுக்குள் வாழ்ந்துகொண்டிருப்பார்கள். அதில் ஒரு வீட்டில் இருக்கும் பெண் அங்கிருக்கும் தெரு நாய்களுக்கு தினந்தோறும் உணவு வைப்பதைப் பார்த்து நெகிழ்ந்தேன்.

சரியாக மாலை 7.40 மணிக்கெல்லாம் ஒரு பெரிய பாத்திரத்தில் உணவு எடுத்துக்கொண்டு வருவார். அங்கிருக்கும் நாய்களும் அவரையே சுற்றிச்சுற்றி வரும். பிரமிப்பாகவே பார்ப்பேன். இப்படியும் ஒரு பணக்காரப் பெண்ணா என்று மகிழ்ந்திருக்கிறேன்.

பெரும் காம்பவுண்ட் சுவர்களைத் தாண்டி, வீட்டில் வளர்க்கும் ராஜபாளையம் பொம்மேரியன் போன்ற அழகு நாய்களை மீறி, வெளியில் பசியோடு மல்லுக்கட்டும் தெரு நாய்களைப் பற்றியெல்லாம் நினைத்துப் பார்ப்பதற்கே ஒரு பெரிய மனது வேண்டும்தான். அந்த வகையில் அந்தப் பெண்ணை வியப்பாகவே பார்த்திருக்கிறேன்.

தினந்தோறும் குறைந்தது 10 நாய்களுக்காவது உணவு கொடுத்து வருவது சாதாரண விடயமல்ல.

நான் சிறுவயதாக இருக்கும்போது எங்கள் பெரியம்மா வீட்டில் ஒரு கருப்பு நாயொன்று இருந்தது. அந்த நாய்க்கு வயிறு நிறைய உணவு கொடுக்கவில்லையென்றாலும் தொட்டி நிறைய கஞ்சித்தண்ணீர் ஊற்றுவார் காவிரி பெரியம்மா. கஞ்சித் தண்ணீர் என்பது வடித்த சோற்று நீர். அந்த வடித்தக் கஞ்சியில் சோற்றுப்பருக்கைகளும் கிடக்கும். கவனமாக ஒரு சோற்றுப்பருக்கை கூட செல்லக்கூடாது என்று எச்சரிக்கையாக இருந்தாலும் எப்படியோ சோறும் அதில் கலந்துவிடும். அதைத்தான் மாடுகளுக்கும் ஆடுகளுக்கும் தொட்டியில் ஊற்றி வைப்பார்கள். அந்தத் தொட்டி நீரைத்தான் கருப்பனும் குடித்து வாழ்ந்தான்.

கொ.அன்புகுமார்

வீட்டில் இருந்தவருக்கே சோறு கிடைக்காத காலம் அது. ஆனாலும் 10 குட்டிகள் போட்டாலும் அதற்கும் பாலூட்ட வேண்டியது அந்த தாய் நாயின் கடமை. எப்படி சமாளிக்கிறது என்று பல நாட்கள் யோசித்திருக்கிறேன்.

நான் வீட்டுத் திண்ணையில் அமர்ந்து சாப்பிடும்போதுகூட ஒரு உருண்டை அதற்காக ஒதுக்கி வைப்பேன். முதலில் ஒரு உருண்டையும் கடைசியாக ஒரு உருண்டையும்தான் அதற்காக ஒதுக்க முடியும். அவ்வளவுதான் வசதி இருந்தது.

சாப்பிடும்போது நம்மையே பார்த்துக்கொண்டிருக்கும். இப்போது இருப்பது போல வசதி இருந்தால் அதற்கும் ஒரு தட்டு தனியாகச் சமைத்துப் போட்டிருக்கலாம்தான்.

எங்கள் பெரியம்மா வீடும், எங்கள் வீடு மட்டும்தான் அந்தத் தோப்புக்குள் இருந்தன. அந்த இரண்டு வீட்டுக்கும் பொதுவான நாய்தான் கருப்பன். பாசக்காரன். எங்கள் இருவீடுகளையுமே அவன்தான் இரவுபகலாய்க் காவல் காத்தான்.

இடையில் சிறிதுகாலம் அதன் தாடையில் புண் ஏற்பட்டு துர் நாற்றம் வீசத்தொடங்கியதும் நாங்களே அதை ஒதுக்கிவிட்டோம். ஒரு அதிகாலையில் வெகுநேரம் எழுந்திருக்காமல் கிடந்த கருப்பனை தட்டிப்பார்த்தபோது தான், அவன் வந்த வேளையை முடித்துக்கொண்டு கிளம்பிவிட்டதை அறிந்தோம்.

கருப்பன் இறந்துபோனபோது கண்ணீர்விட்டு அழுதேன். வண்ணான் குளம் அருகே குழிவெட்டிப் புதைத்துவிட்டு வந்தோம். அந்த நாய் இறந்த பிறகு வீட்டில் நாய் வளர்க்கவே இல்லை.

திருடர்கள் வந்தாலும் சரி, யாரேனும் புதுமனிதர்கள் வந்தாலும் எங்களுக்கு எச்சரிக்கைக் கொடுத்த வேங்கை அவன். ஆனால், அவன் போனபிறகு நாய் வளர்ப்பே மறந்துபோனது.

நகரங்களில் தெருநாய்களை வண்டி வைத்துப் பிடித்துப்போகிறார்கள். ஆனால், தெருவில் உள்ள வீடுகளில் வண்டிவண்டியாய் நாய் வளர்க்கிறார்கள்! என்னவொரு முரண்..?

உங்களுக்குத் தெரிந்த தெருநாய் ஒன்றிற்கு, என்றேனும் ஒரு நாள் பெயர் வைக்க விரும்பினால் என்ன பெயர் வைப்பீர்கள்..?